AF898237

TÌNH KHÚC

DƯƠNG ĐÌNH HƯNG

Copyrights @ 2020 by Duong Dinh Hung
All rights reserved
ISBN 9781989924822
Printed in the United Stated of America

Lời Giới Thiệu

Nếu trong mỗi chúng ta, ai ai cũng đều phải có một sở thích, một thú vui để giải trí, tiêu khiển, quên đi những ràng buộc lo toan cơm áo, thì tôi tin ông Dương Đình Hưng là một người hoàn toàn hạnh phúc với những thú tiêu khiển, nói đúng hơn là những đam mê về thơ và nhạc của ông. "Hạnh phúc" vì đã sáng tác được những câu thơ về tình yêu, đời sống, khoác cho chúng những giai điệu ưng ý, rồi sau cùng giao phó những bản nhạc ấy cho người hòa âm, nhạc công, ca sĩ để đem đến cho đời những niềm vui, thích thú nho nhỏ. Vì thế, thiển nghĩ ông chắc cũng rất hạnh phúc khi thấy những đứa con tinh thần của mình được công chúng thật lòng tìm nghe trên kênh nhạc Youtube, hoặc trong những buổi giới thiệu nhạc của ông ở Saigon và Little Saigon, quận Cam.

Khởi đi từ những bài thơ nho nhỏ về tình yêu đôi lứa, ông đã được ba nhạc sĩ phổ thành nhạc từ những bài thơ ấy, rồi sau cùng ông đã sáng tác thành nhạc, như những bài "Người Xưa Ấy", "Huế Đến Với Tôi", "Chiếc Lá Thu Rơi", "Phố Lạ", "Nhạc Buồn Đêm Mưa", "Thà Như Không Có Mưa", Mặt Trời, Em và Tôi", "Có Gì Đâu". Có lẽ nhạc phẩm tiêu biểu nhất của ông là bài "Huế Đến Với Tôi":

Huế đến với tôi, là một trời thơ,
Bao con đường me vắng, từng phút trông mong,
Từng phút hẹn hò ...

Bài nhạc giới thiệu người nghe một thành phố Huế êm đềm, với những "*thôn Vỹ Dạ, Thành Nội*", với "*nắng hàng cau, những cơn mưa, trời mưa không dứt*", có "*dòng sông mộng, bóng trăng thề*". Huế còn tăng thêm sức hấp dẫn ngàn lần với người sinh viên y khoa Dương Đình Hưng thập niên 60' khi anh có "*người yêu dấu*", thì Huế còn "*có gió tóc bay*", có "*bao con đường me vắng*", có "*mắt buồn mưa rơi*".

Huế, Huế đến với tôi, là Thôn Vĩ Dạ
Là nắng hàng cau, có người thương yêu Huế,
Huế đến với tôi, có gió tóc bay,
Có người yêu dấu, mắt buồn mưa rơi ...

Trong một nhạc phẩm khác có nhan đề "Nhạc Buồn Đêm Mưa", với một giai điệu và hòa âm bán cổ điển, ông Hưng bày tỏ tâm trạng giùm cho một người nữ với tiếng mưa rơi, với giọt buồn cũng tuôn "*theo tiếng mưa rơi*", để "*khóc tình cay đắng, khóc duyên lỡ làng.*"

Điệu buồn ai oán đêm mưa,
Anh ơi, anh ơi sầu nhớ
Tình là một giấc mơ hoa,
Vì đâu anh hỡi tình xưa nhạt nhòa.

Nhạc tình đôi lứa chiếm một tỷ lệ rất lớn trong khu vườn thơ nhạc của ông, với những ước mơ rất thực như trong bài "Gần Bên Em", nhạc Phạm Tuân:

Gần bên em, chỉ gần bên em,
Giây phút này, chỉ gần bên em
Quên đi ngày qua, đừng nhắc đến
Quên đi ngày mai, đừng nói đến ...

Những say mê, cuồng nhiệt, yêu đương, mong được sống với người mình yêu đã được biểu hiện thật da diết qua kỹ thuật "lặp lại" như "yêu mãi", "yêu nữa", "đời nay", "đời sau" trong nhạc phẩm nhạc ngoại quốc "Chờ Nhé Em":

Anh còn yêu mãi cho hết đời nay,
Anh còn yêu nữa cho hết đời sau,
Duyên tình tha thiết qua hết đời nay,
Duyên tình thắm thiết cho đến đời sau.

Hay những tình cảm u hoài, khắc khoải trong nhạc phẩm lời Việt "Em lắng nghe mùa Đông":

Tình em đơn chiếc, tha thiết
Em sống trong mùa đông
Em lắng nghe mùa đông u buồn
Tình em thương tiếc, thương tiếc,
Anh có nghe mùa đông?
Anh có nghe lời em thở than?

Như đã sơ lược ở đầu bài, các nhạc sĩ Phạm Tuân, Nguyễn Tường Vân, Nguyễn Ánh 9 đã đồng cảm được với thi sĩ Dương Đình Hưng để cho ra đời những sáng tác ngoạn mục như "Bản Tình Ca Luân Vũ". "Em Cứ Yêu Một Lần Đi" (nhạc Nguyễn Tường Vân), "Gần Bên Em" (nhạc Phạm Tuân – lời Anh ngữ của Hà Lê), hay là "Ngày Vu Quy", "Em Qua Chốn Này" (nhạc Nguyễn Ánh

9). Theo như lời ông Hưng thuật lại trong lời giới thiệu "Vài nét về nhạc Dương Đình Hưng" trong tập nhạc "Áo Trắng Với Cung Đàn", các nhạc sĩ có nhận xét là thơ của ông Hưng "đã có sẵn nhạc tính nên rất dễ phổ nhạc". Thiển nghĩ, nhận xét ấy thật đúng, không chỉ vì trong thơ đã có nhạc, nhưng còn ở cung cách ông Hưng viết một bài thơ nữa. Trong từng bài thơ của ông, ta thấy ông chỉ đề cập đến một chi tiết chính, cụ thể nhất mà thôi, như "em qua chốn này", "phố xưa", "tình là giấc mơ", "tình mất", chứ không lan man lạc đề, hay làm đề tài rộng thêm. Ông Hưng cũng hay sử dụng câu đầu tiên làm nhạc đề, rồi lặp lại chính câu đó trong câu hay đoạn kế tiếp, vô hình chung đã thỏa mãn khái niệm "lặp lại" (repetition), và "nhạc đề" (motif/ motive) trong nhạc. Ta hãy xem một ví dụ là bài "Trả lại Em" (nhạc Phạm Tuân), với những câu lặp được in đậm:

Trả lại em*, nụ hôn cuối cùng,*
Con tim gian dối, xin đừng dối gian
Trả lại em*, mối tình thơ ngây,*
Ngày mai xe hoa, đón chờ em đi.

Em ơi! Em ơi! *Uổng ta đã nhớ,*
Em ơi! Em ơi! *Uổng ta đã đợi,*
Em ơi! Em ơi! *Uổng ta đã trông,*
Em ơi! Em ơi! *Uổng ta đợi mong*

Hơn thế nữa, những ý tưởng đặc sắc, riêng biệt cùng một ngôn ngữ thơ phong phú quả thật đã là nguồn cảm hứng cho các nhạc sĩ đồng cảm rồi phổ thành nhạc, như trong bài "Tình Man Dại", nhạc Phạm Tuân:

Em là loài cỏ hoang
Tôi là cơn gió lạ
Quấn quít nhau bàng hoàng
Trong một chiều mưa trút
Mặc trời đất hỗn mang
Mặc cuộc đời giông tố
Mặc gặp gỡ muộn màng

Ngoài ra, trong toàn bộ ba mảng thơ-nhạc của khu vườn âm nhạc Dương Đình Hưng - thơ phổ nhạc, nhạc và lời, nhạc ngoại lời Việt – thiển nghĩ điểm đáng chú ý nhất là các nhạc phẩm ngoài sự phục tòng các quy tắc về sự lặp lại, nhạc đề, các cách phát triển nhạc, chúng còn theo sát khái niệm "Ý Tưởng" (Idea) của nhạc sư Arnold Schoenberg: "*tôi đánh giá tổng thể của một nhạc phẩm là Ý tưởng, cái ý chính mà tác giả muốn trình bày*" (I myself consider the totality of a piece as the *idea*: the idea which its creator wanted to present. – sách Style and Idea, 1975, trang 122-23). Thật vậy, ông Hưng đã trải những ý tưởng, trải lòng mình ra với mọi người. Ông đã chắt chiu rồi chia sẻ những cảm nhận, trải nghiệm, kinh nghiệm sống, rồi kỷ niệm về những cuộc tình đã xa, mà không đòi hỏi điều gì khác ngoài mong muốn đồng cảm với người thưởng ngoạn. Trong tinh thần đó, mong bạn ưu ái đón nhận tập nhạc Dương Đình Hưng để cùng cảm nhận những ý tưởng và giai điệu trong khu vườn thơ-nhạc Dương Đình Hưng. Mến chúc ông Hưng sẽ còn nhiều sáng tác mới nữa để làm đẹp cho đời!

Tháng Sáu 2020
Hiệp Dương (aka Học Trò)

Vài dòng về người viết lời giới thiệu:

Hiệp Dương sinh trưởng ở Saigon, rồi định cư ở Hoa Kỳ năm 1990. Tốt nghiệp cử nhân ngành điện toán tại đại học UC Irvine, California. Được cố nhạc sĩ Phạm Duy mời cộng tác làm webmaster và biên tập viên các trang phamduy.com (2003-2005) và phamduy2010.com (2010-2013). Đồng biên lập viên trang phamduy.com bộ mới năm 2013. Viết nhiều bài phân tích nhạc thuật về nhạc Phạm Duy dưới bút hiệu "Học Trò" trên các trang phamduy2010.com và phamduy.com. "Học Trò" còn viết khá nhiều bài phân tích nhạc phẩm khác về các dòng nhạc Trịnh Công Sơn, Phạm Đình Chương, Lê Uyên Phương, Từ Công Phụng, Đức *Huy, v.v. rồi các bài viết tản mạn về nhạc Pháp, Mỹ, Paul Mauriat, ABBA, The Carpenters, v.v. Là cộng tác viên của trang "t.vấn & bạn hữu", bạn có thể xem các bài viết nói trên ở trang sau:* http://t-van.net/?author=46

VÀI HÀNG VỀ DÒNG NHẠC DƯƠNG ĐÌNH HƯNG

Tôi bước vào thơ trước khi vào nhạc. Tác phẩm đầu tiên "Thơ Tình" được xuất bản năm 1995, cùng viết với Tiến Sĩ Phạm Văn Hải, một đồng môn Chu Văn An. Một điều may mắn là những bài thơ tình đầu đời đó, và những bài thơ tiếp sau chưa được xuất bản đã được ba nhạc sĩ Phạm Tuân, Nguyễn Tường Vân và Nguyễn Ánh 9 phổ nhạc gần 40 bài. Những bài thơ tình đó đều nói đến chuyện tình của tôi thời thanh niên.

Sau đó tôi được ba nhạc sĩ trên khuyến khích vì các ông nhận xét trong thơ tôi có nhạc tính sẵn nên dễ phổ nhạc. Rồi được sự chỉ dạy của nhạc sĩ Nguyễn Tường Vân và tự tìm tòi học hỏi, tôi bắt đầu phổ nhạc vào những bài thơ của mình. Bài đầu tiên là "*Bằng lăng hoa tím ngày xưa*" được nhạc sĩ Nguyễn Ánh 9 hòa âm, phối khí và ca sĩ Bích Hiền trình bày (**https://youtu.be/YQVTY4lk-Pc8**). Bài này được hơn hai chục ngàn người vào thưởng thức trên youtube.

Từ đó tôi tự sáng tác những bản nhạc theo cảm hứng của mình, về một chuyện thực nào đó, một chuyện tình của bạn bè, hay những vấn đề tâm linh. Tôi cũng bắt đầu phổ nhạc vào thơ của những thi sĩ khác, hay đặt lời cho những nhạc phẩm của nhạc sĩ Phạm Tuân và những bản nhạc ngoại quốc. Gần đây để mở rộng phần học hỏi, tôi đã thực hiện những symphony từ những bản nhạc của mình.

Có một kỷ niệm đáng nhớ với nhạc sĩ Nguyễn Ánh 9 đã qua đời cách đây hai năm. Mỗi lần sang Hoa Kỳ, ông bà và hai người con trai là nhạc sĩ Nguyễn Quang và Nguyễn Đình Quang Anh đều đến nhà tôi chơi tại VA để biểu diễn. Tôi có tặng 8 câu thơ lục bát nói về tiếng dương cầm, mối tình đầu của ông. Ông đã họa lại bằng 8 câu lục bát và phổ nhạc, rồi cũng tự mình ngâm và hát. Đó là bài "*Tri âm một tiếng dương cầm*". Một kỷ niệm thật không bao giờ quên của hai kẻ tri kỷ. Để nghe nhạc sĩ Nguyễn Ánh 9 hát bài trên, quý vị có thể bấm vào đây (**.https:// youtu.be/fbEcQu-1eXw**).

Gần đây, sau khi sáng tác bốn bài bolero: *Bài tình ca cuối cùng, Đêm về, Đôi mắt em buồn, Nhạc sầu tương tư*, tôi đã nhận được sự hợp tác của nhạc sĩ hòa âm Quang Phúc để viết chung một số bài bolero có tính cách mượt mà hơn, bớt những lời ca quá bình dân và được hòa âm dưới dạng nhạc thính phòng như: *Giọt tình, Anh đã đi xa, Người về tình như xưa.*

tranh Đinh Trường Chinh

Mục Lục

35. Đường chiều
36. Em cứ yêu một lần đi
37. Em giấu
38. Em là mây trắng
39. Em lắng nghe mùa đông
40. Em mang mùa xuân
41. Em qua chốn này – Nguyễn Ánh 9
42. Em qua chốn này – Nguyễn Tường Vân
43. Gần bên em
44. Giọt nước trôi qua
45. Giọt tình
46. Hạt cát nhỏ nhoi
47. Hoa đã nở trong vườn nhà tôi
48. Hoa vông vang
49. Hồng nhan tri kỷ
50. Huế đến với tôi
51. Khoảng cách
52. Khung trường tỉnh Giốc
53. Mặt trời, em và tôi
54. Một góc trời
55. Một thoáng mùa xuân
56. Mùa đông xa quê
57. Mưa phùn
58. Mùa thu đã tới
59. Mùa thu tóc mây
60. Mùa xuân vừa tới
61. Nắng vừa lên
62. Nếu ngày mai
63. Ngàn lau
64. Ngày ấy
65. Ngày vu quy
66. Người về tình như xưa
67. Người xưa ấy
68. Nhạc buồn đêm mưa
69. Nhạc sầu tương tư
70. Nhỏ Văn Khoa

71. Nụ hôn sim tím
72. Ở một nơi ấy
73. Phố lạ
74. Phố xưa
75. Quà tặng trong chiến tranh
76. Sầu lên
77. Thà như không có mưa
78. Thế à, thế à
79. Thiên đường vẫn ở nơi đây
80. Thời gian
81. Thôi ta về
82. Thôi thì
83. Thuở ban đầu
84. Tiếng ai khóc mùa thu
85. Tiếng hát ru con
86. Tình em như tấm lụa đào
87. Tình là giấc mơ
88. Tình man dại
89. Tình mất
90. Tình tôi
91. Tình vui
92. Trả lại em
93. Tri âm một tiếng dương cầm
94. Trường Sơn 1: Ta thấy Trường Sơn trong mắt em
95. Trường Sơn 2: Con đường ma quỷ
96. Trường Sơn 3: Dựng nước, giữ nước
97. Tuổi teen
98. Tuổi thở tôi Hà Nội
99. Vàng rơi từng cánh
100. Vạt nắng chiều thu
101. Về Huế
102. Về với không
103. Vết chân của Chúa
104. Vọng ngày xanh
105. Xuân về
106. Cánh hoa dù: *hòa âm*

Ai Về Bên Phố Bolsa

Sáng tác: Dương Đình Hưng

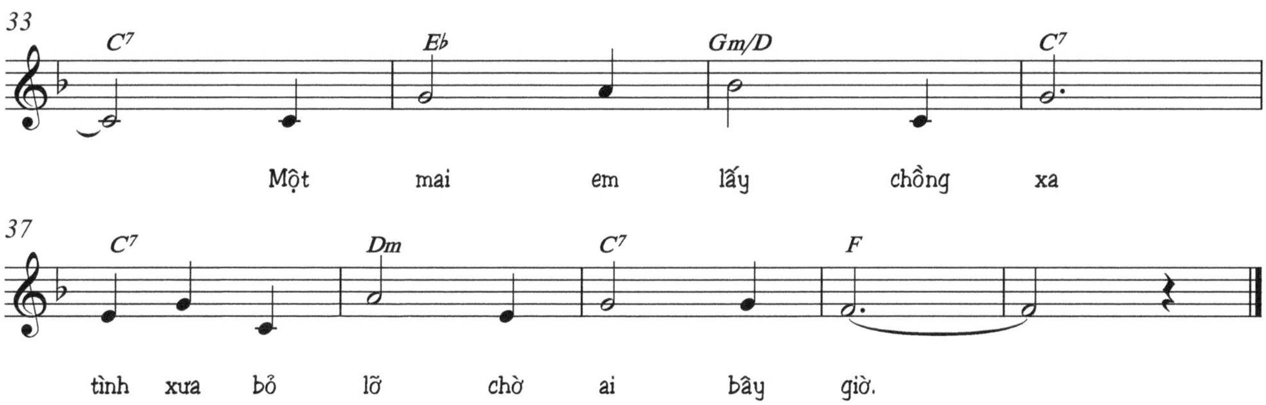
33
C7
Eb
Gm/D
C7
Một mai em lấy chồng xa
37
C7
Dm
C7
F
tình xưa bỏ lỡ chờ ai bây giờ.

Anh Đã Đi Xa

Dương Đình Hưng
Quang Phúc

33
G F#m7(b5) B7 Em E7
yêu không có ánh mặt trời. Anh đã đi qua mà sao còn quay
37
Am F#m(b5) B7 Em C D7
lại. Trong trái tim yêu nhưng rất nhiều dại khờ. Đã biết bao lần cho đi hết tình
41
G B7 Em
yêu, đã biết bao lần hẹn ước đến đời sau.

Anh Như Là Linh Mục

Nhạc: Dương Đình Hưng
Thơ:Tùy Anh

Em Am B7 Em
Anh như là linh mục cầm bánh thánh trên tay.
F C/G G C
Em giờ đây trước bục xin tha thứ lưu đầy.
Am Am/G F Em Am
Anh giờ đây con Chúa lòng nhân ái bao la.
C Dm G C
Em giờ đây hối lỗi xin cứu rỗi linh hồn.
1
Am Am G C
Anh còn đâu con Chúa quên chiếc áo dòng đen.
2
Dm B♭ G C
Em cùng anh sẽ hái cắn trái táo địa đàng.

Áo Hoa Rũ Hết Bụi Vàng

Sáng tác: Dương Đình Hưng
Thơ: Huệ Trân

19 Am Em Fm 3
cười thiếu nữ trên môi nét son nhạt với xuân đời qua
22 C C
nhanh. Ngậm ngùi một kiếp nhân
25 Em/B A9 Dm
sinh thả trôi ngày tháng loanh quanh muộn màng áo
28 B♭ C F
hoa rũ hết bụi vàng bè lau đã hết non ngàn dậm
31 C#o7 Dm G7
trông. Đi thôi đạo lộ suối dòng áo hoa rũ
34 Fm7 E7 Am Fine C#o7
hết rũ hết bụi vàng.

Áo Trắng Thôi Bay

Thơ: Dương Đình Hưng
Nhạc: Phạm Tuân

33
Am Am/G Cmaj7 Dm G11 Cmaj7
sớm khăn tang phủ kinh thành, em đi xa lắm để lại anh. Những
37
Am F#o E7 Am
trang kỷ niệm thời xuân thắm, một vết thương lòng nấm mộ xanh!
41
Am G9 Cmaj7
Có phải chiều nay áo trắng bay? Hay là khói tỏa mắt anh cay?
45
Am F#o E7 Am
Trên tà áo lụa hồn nhung nhớ. một dáng kiều thơm thuở đắm say.

Bản Tango Cuối Cùng

Thơ: Dương Đình Hưng
Nhạc: Phạm Tuân

50
C G/B G/B Am D7
em hưởng phút say mê tiệc vui ngày cưới người về lẻ
56
G G7 C C G/B G/B
loi. Thôi em hưởng phút say mê tiệc vui ngày
62
Am D7 G G
cưới người về lẻ loi.

Bằng Lăng
Hoa Tím Ngày Xưa

Sáng tác: Dương Đình Hưng

lăng Những hôm không thấy bóng nàng chỉ sợ áo
tím sang ngang mất rồi Lạy trời tháng tám mưa
rơi được đem sính lễ sang nơi nhà nàng Bây
giờ cách trở muôn trùng lâu lâu mới được một lần thăm
nuôi Về bên sông cũ chiều nay bằng lăng còn
đó người đâu mà tìm Bằng lăng em hỡi bằng_
lăng chỉ còn hoa tím giăng giăng mưa buồn. Bằng
lăng em hỡi bằng lăng chỉ còn nước mắt loang loang mưa
buồn

Bến Xuân Thuở Nào

Thơ: Dương Đình Hưng
Nhạc: Nguyễn Tường Vân

30
C7 Fm Bb7
mai sẽ lánh cõi trần Sao còn oán
33
Ebmaj7 Gm Cm G11
trách giận hờn làm chi? Nắng
37
C Em Dm G7(sus4)
hồng lãng đãng ngoài kia, Chiều trong bệnh viện lê thê u
41
C Cmaj7 F Em
buồn Rồi đây người sẽ đi luôn
45
A9 D7 G7(sus4) G7(sus4)
Ai còn tiếc nuối bến xuân những ngày! Mai
49
C Em F G
này nếu phải lìa đây. Xin cho dược sống phút này bên
53
F F C Em
em Nắng chiều chậm rãi ngoài hiên
57
D9 G7 C
Anh đi thanh thản về bên kia đời.

Bèo Trôi

Sáng tác: Dương Đình Hưng

Moderato

20 Cm G7(sus4) Cm F Cm
vắng người đi xa rồi. Viễn xứ buồn viễn xứ ơi! Quê hương còn
24 Cm G7(sus4) Cm F Cm
đó than ơi ngàn_ trùng. Bèo trôi trôi mãi biển Đông chẳng còn bìm
28 A♭ G7(sus4) Cm F Cm
bịp rặng bần xót xa. Chỉ còn khói sóng quan hà. Mênh mông biển
32 Cm G7(sus4) Cm Coda F
nhớ cho qua tháng ngày. Chỉ còn khói sóng quan
35 Cm Cm G7(sus4) Cm
hà. Mênh mông biển nhớ cho qua tháng ngày.

Biển Có Buồn Không?

Sáng tác: Dương Đình Hưng

21
Ab7 Db Gb
em nho nhỏ xinh xinh, biển yêu thì thầm trong
24
Ebm Ab7 Db
sóng. Nắng hè rộn rã lung linh... Với
27
Ab7 Bb7 Ebm Ab7
anh biển của chúng ta cho anh mang phút thần
30
Db Eb Ab7
tiên. Với em biển của chúng ta cho
33
Ab7 Gb/Db Db Db Gb/Db
em cho hết tình yêu... Vắng em biển có buồn
36
Db Db Ab7 Ebm
không? Thiếu em biển vẫn mong chờ. Tình yêu theo từng con
40
Eb7 Ab7 Gb/Db Db
sóng. Sóng qua biển vẫn tình_ chung.

Bóng Thu Xưa

Thơ: Dương Đình Hưng
Nhạc: Nguyễn Ánh 9

20
Bb7 Eb Eb7 Ab
chiếc trên cành lẻ loi. Đời tôi vẫn chỉ mình
23
Eb Bb7 Eb
tôi giờ đây tiếc nuối chiều xưa thu vàng. Trách người
26
Eb Fm Bb7
đi! Trách mà chi xa xôi nơi ấy có khi nhớ
29
Eb Ab Fm
về Lúc thu sang, lúc thu tàn cô đơn chiếc
32
Bb7 Eb Abm
bóng thu vàng lối xưa. Cầu xin chiếc lá đừng
35
Eb Bb9 Eb
rơi! Cho tôi gặp lại một người tôi thương!

tranh Đinh Trường Chinh

Cải Vàng Bên Sông

Thơ: Nghiêm Thị Hằng
Nhạc: Dương Đình Hưng

Cảm Thu

Nhạc: (Meditation from Thais): Jules Masenet
Lời Việt: Dương Đình Hưng

Andante Religioso

17
xa không còn đi tìm, tìm
19
ai tìm ai đâu Ngày xưa, ngày
21
xưa, ngày xưa em đã khóc Em có buồn
23
không em có thấy luyến tiếc luyến tiếc giấc mơ ngày
25
xanh giấc mơ về trong nắng ấm giấc mơ về đâu Trong hồn
27
lắng có những tiếng kêu hồn ai kêu hồn ai
29
đến kêu hồn người xa vắng xa vắng trong cuộc đời
31
Nay năm tháng qua xa xôi lòng nhớ đã bao ngày xa xôi

33
ấy xa vắng rồi trong thương nhớ trong đau đớn mất thật
35
rồi lòng tôi biết ai khóc đời tôi
37
đã biết đau đớn mãi nhiều rồi Em đã theo mùa thu
39
tới thuở ấy Em về trong nắng
41
sớm trong nắng vàng về rừng cây đã thay
43
lá những lá úa nhớ những ngày thu tàn
45
tới nhớ bao ngày buồn ấy nhớ tình yêu nhạt phai phai rồi tình yêu năm
47
xưa đang mất đi đang nhạt phai

49
rồi một thời buồn tình xưa cay đắng
51
tới đã giết đi một tâm hồn yêu
53
3
thương em một đời thương nhớ em một
55
đời thương nhớ mãi mãi
57
Một ngày không có em đến mong chờ Em xa tôi
59
3
em xa rồi Tìm trong ước
61
3
mơ tìm trong giấc mộng xưa.

Cánh Hoa Dù

Cảm hứng từ chuyện "Tháng ngày tao loạn" của cựu Y Sĩ nhẩy dù Vĩnh Chánh

Sáng tác: Dương Đình Hưng

18
Dm
Dm
Và nhớ bao ánh hỏa
20
Am
Gm
C7
châu thắp sáng giữa rừng sâu núi non thăm
22
Fmaj7
B♭
thẳm và nhớ trên cổ
24
Am
B♭
Am7
thành giữa lớp lớp sóng gào cánh hoa dù vẫn ngạo nghễ
26
Dm
Dm
trên cao. Xin hãy cho tôi một lần đứng
28
B♭
C
chào những người bạn đã nằm xuống nơi
30
Fmaj7
A7
Dm
B♭
xưa. Xin hãy cho tôi một lần trở lại bung cánh
33
C
Am7
Dm
Fine
dù ngạo nghễ năm xưa

Chị Nhung

Thơ: Nguyễn Tường Giang
Nhạc: Dương Đình Hưng

23
bông. Vẫn chờ chị về đôi mắt nhung, ngàn
3
26
hoa tươi thắm cũng phải lòng Mai
29
mốt chị về thăm quê cũ có chút phấn hồng vương trên
32
má mà nghe thơm ngát cả không gian mà
35
nghe hương ấm ngày xa xưa, mai mốt chị về thăm quê
38
cũ, kẹp tóc cài bao nỗi nhớ nhung, cuối
41
đường nghe đậm mùi hoa sữa em nhớ em chờ em vấn vương.

Chiếc Lá Thu Rơi

Sáng tác: Dương Đình Hưng

22
D
F#m
Bm
Bm
vàng. Anh còn tìm em dù nơi chân trời.
26
F#7
Bm
Em
Bm
Với nắng thu sang ngày em lấy chồng.
Với nắng thu vàng mùa thu đi
29
F#7(sus4)
Bm
Em
sớm. Ai người trong mộng chờ người bên sông.
32
A
F#7(sus4)
F#7
Thương người yêu dấu lòng sao cay đắng?
Chiếc lá thu rơi ngày em lấy
35
Bm
Em
Bm
F#7
chồng. Đếm lá thu rơi mà lòng thương tiếc.
38
Bm
Em
A
F#m7
Bm
Bm
Anh còn mong đợi chờ mùa xuân sang.
Anh còn nhung nhớ chiều xưa thu vàng.

Chiều Bơ Vơ

Sáng tác: Duong Đình Hưng

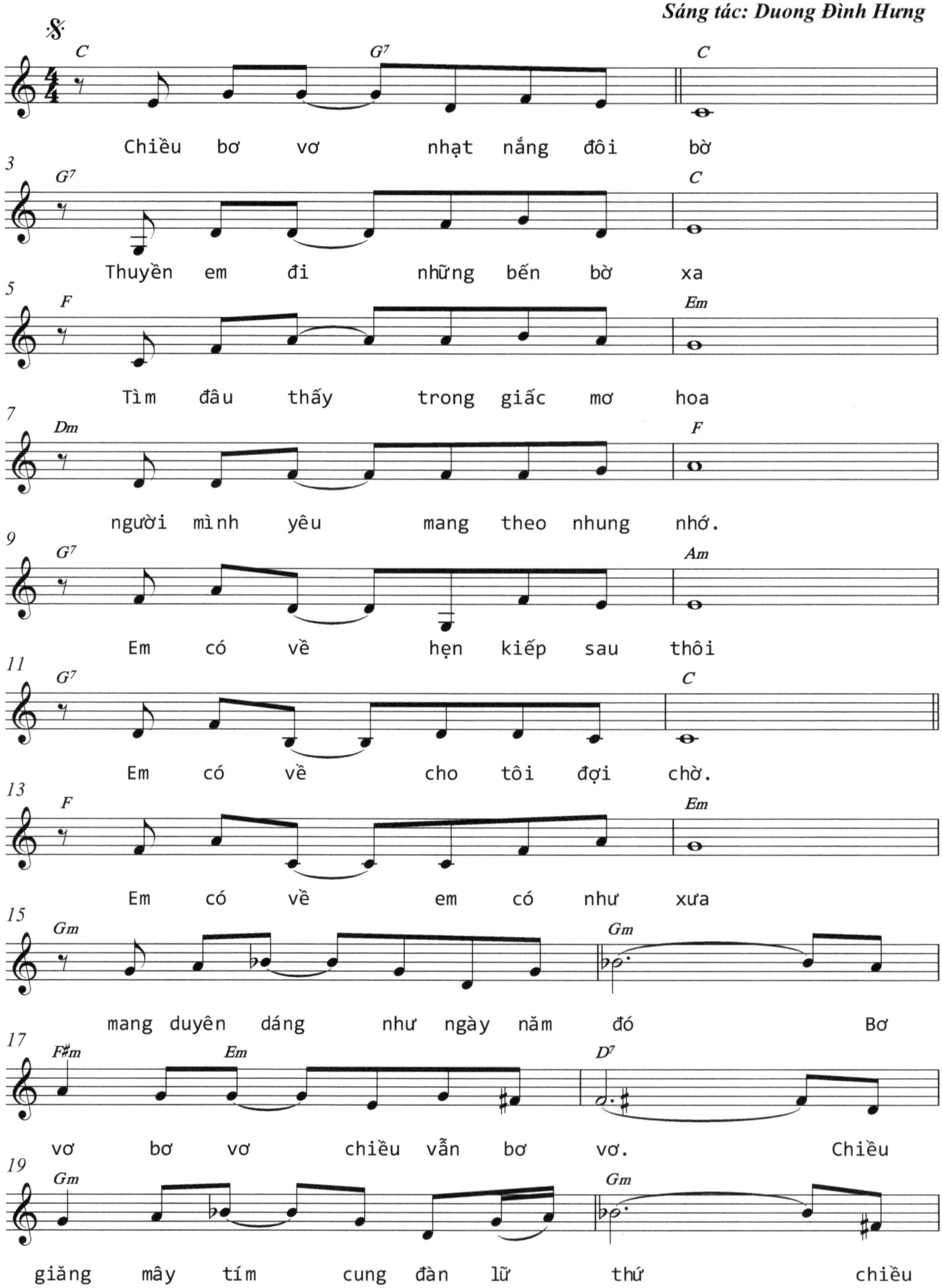

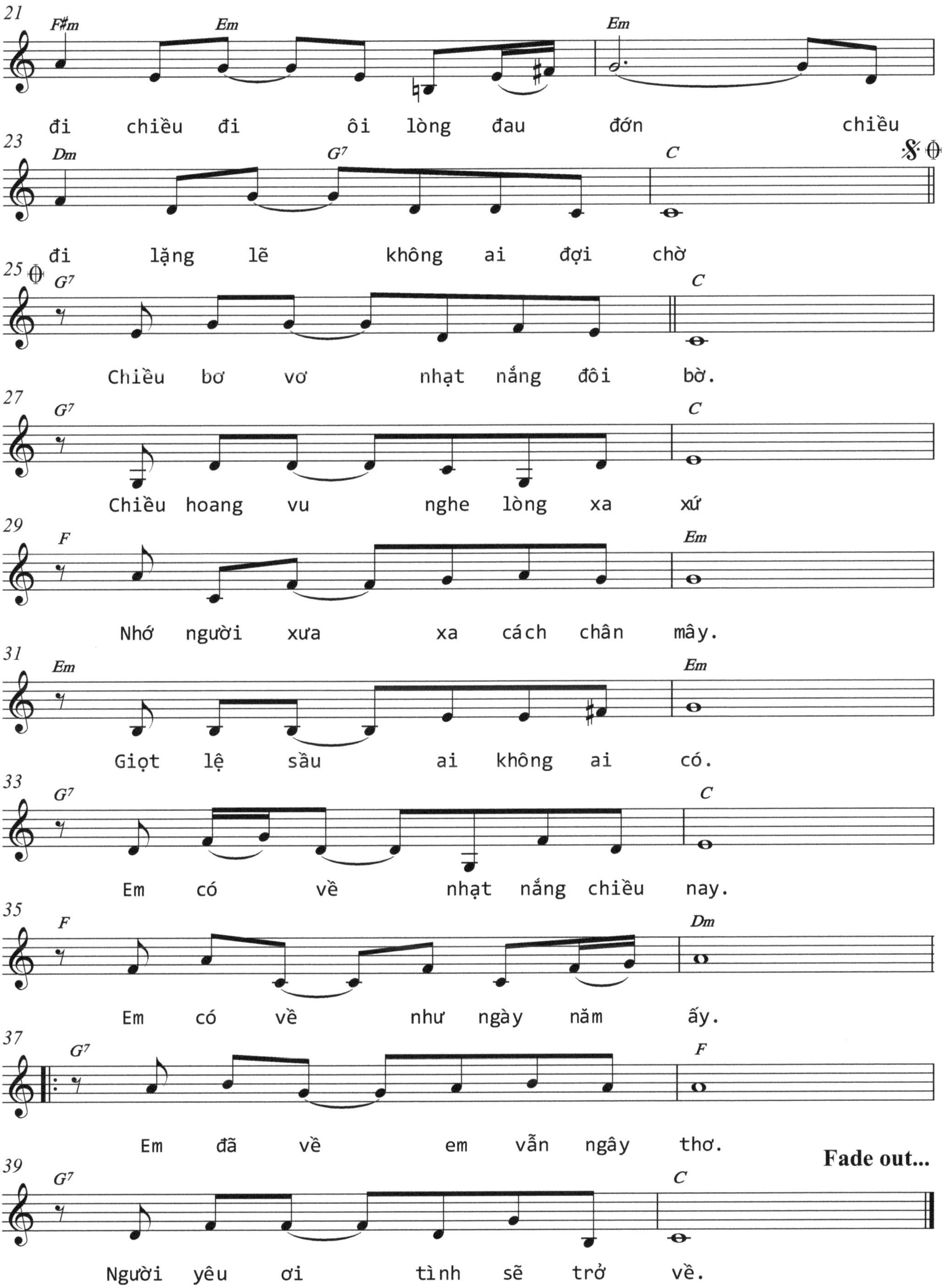
21
F#m Em Em
đi chiều đi ôi lòng đau đớn chiều
23
Dm G7 C
đi lặng lẽ không ai đợi chờ
25
G7 C
Chiều bơ vơ nhạt nắng đôi bờ.
27
G7 C
Chiều hoang vu nghe lòng xa xứ
29
F Em
Nhớ người xưa xa cách chân mây.
31
Em Em
Giọt lệ sầu ai không ai có.
33
G7 C
Em có về nhạt nắng chiều nay.
35
F Dm
Em có về như ngày năm ấy.
37
G7 F
Em đã về em vẫn ngây thơ.
Fade out...
39
G7 C
Người yêu ơi tình sẽ trở về.

Chiều Đông

Sáng tác: Dương Đình Hưng

16
F#m/A
G#7
côi. Nhìn anh không thấy chỉ thấy mây
18
C#7
E11
sầu. Trời nhiều mây
21
A
Bm
xám gió buốt lạnh lùng người đi xa
23
E7
A
F#7/A#
vắng cõi lòng sầu thương. Mai mốt anh
25
Bm
Dm6
về trời thôi đông giá mai mốt anh
27
E7
A
A
về mưa xuân chan hòa.

Chờ Đón Em

Thơ: Dương Đình Hưng
Nhạc: Phạm Tuân

Nhanh vừa

23
hồng Rồi mùa xuân không
26
tới ước mơ bỗng xa mờ
29
Rồi tình yêu vắng xa còn đâu nắng xuân nắng mùa
32
xuân Rồi mùa xuân không tới còn đâu má
35
em má em hồng Cho anh chờ đón
38
em Cho anh chờ đón em Cho anh chờ đón
42
em đón em.

tranh Đinh Trường Chinh

Cho Ta

Thơ: Phạm Văn Hải
Phổ nhạc: Dương Đình Hưng

Chốn Này Em Qua

Thơ: Dương Đình Hưng
Nhạc: Nguyễn Tường Vân

33
C F Em
Chốn này em qua Mưa ướt chan hòa
37
Am Em Dm7 G7
Tình theo xe cưới. Về những bến xa
41
C F Em
Chốn này em qua trời vẫn nhạt nhòa
45
Am Em G7 C
Còn đâu tóc ướt còn đâu mơ hoa

Chưa Có Bao Giờ

Thơ: Nguyễn Phong Việt
Nhạc: Dương Đình Hưng

17
Gb
Cb
động. Em biết hay không em biết hay
19
Ab7
Db
không số kiếp đời tôi cũng thế mà
21
Ebm
Ab7
thôi như mưa vẫn rơi còn dài vô
23
1.
2.
Db
Db
Db
Ab/C
tận. Chưa có bao (tận)... Chưa có bao giờ và không có bao
27
Bbm
Gbm
giờ lòng tôi vẫn nhớ chỉ thấy có một
29
Gbm
Db
Bb7/D
người một bàn tay thôi mà nắm giữ đời
31
Ebm
Bbm
Bbm/Ab
tôi. Một tiếng cười thôi mà điếng cả hồn
33
Ab(sus4)
Db
tôi một đời

Chuyện Tình Xưa

Lời: Dương Đình Hưng
Nhạc: Phạm Tuân

37
Dm
Dm/C
A7
Dm
Một cuộc tình xưa thôi hết thôi rồi buồn vắng bóng người có ai chờ đâu!
41
D
D6
G
Em
A7
G#o
Thôi xa xôi ngày xưa đó trong đời. Thôi biết ai tìm ai nữa có chờ
46
D
D
D7(add9)
G6
G#o
nhau? Tôi vẫn nghe sao cay đắng trong tâm hồn. Tình yêu đã xa xôi không biết đâu
51
A7
D
Dm
Dm/C
tìm, đành thôi. Chuyện tình ngày xưa đang chết trong lòng, đành mất em
55
A7/C#
Dm
Dm
A7
A7
Dm
rồi lệ đắng trên môi. Dù thời gian nay xa cách xa rồi, thì xin em chờ thương ai người ơi!

Có Gì Đâu...

Sáng tác: Dương Đình Hưng

16
F7 F7 Bb
mê. Có gì đâu, có gì
19
Bb F7 F7
đâu mà mang xao xuyến đến từng thịt da. có gì
22
F7 F7
đâu, chẳng có gì đâu, chỉ là mơ
24
F7 Bb Ebm
ước tình yêu đắm say. Có gì đâu, chỉ vì
27
Ebm Bb Db
em bùa mê yêu dấu cho Anh mê lầm, bùa mê say
30
Ebm Bb
đắm cho Anh đi tìm.

Có Những Tiếng Hát

Sáng tác: Dương Đình Hưng

25
Am D7 G
1.
2.
trai giọng tình mê say Có những dấu (say...) Có những tiếng
29
Am Am Bm
hát yêu thương ngàn năm Có những số kiếp chuyện tình chia
32
D E7 Am D7 G
xa Có những đơn đau không bao giờ quên Người yêu năm
35
Cm D7
ấy luôn luôn chờ mong Có những khúc
38
G F Em D7
hát biệt li hôm nay là tình yêu dấu yêu dấu ngày
41
G Bm Am
mai Có những tiếng hát tưởng là cách xa Có những tiếng
44
Cm G C
hát theo tôi ngàn năm Có những chuyện mình tưởng rằng đã
47
Am C D7 G
quên nhưng có chuyện tình không bao giờ quên.

tranh Đinh Trường Chinh

Con Đường Nào Đây*

Thơ: Vũ Hoàng Chương
Phổ Nhạc: Dương Đình Hưng

***Chú thích: Bài thơ "Con đường nào đây" là một trong 12 bài thơ cuối cùng Vũ Hoàng Chương viết năm 1976. Ông cảm hứng từ bài "Lũng tây hành" của thi sĩ Trung Hoa Trần Đào đời Đường viết về chiến tranh, xót thương người yêu hay vợ ở nhà vẫn ôm ấp mộng đẹp với người chiến sĩ mà không biết họ đã chết nơi chiến trường.**

Con Mèo Bé Nhỏ

Thơ: Dương Đình Hưng
Nhạc: Nguyễn Tường Vân

33
Am Em A7 Dm Dm
3
bé. Anh thích anh mê, lúc em thỏ thẻ. Con mèo bé
37
F Em G7 C
3 3
nhỏ, con mèo xinh xinh Con mèo ngoan đó của anh của anh.

Con Về Ngõ Nhỏ

Thơ: Ngọc Mai
Phổ nhạc: Dương Đình Hưng

18
Cm
Cm
Cm/B♭
ngào. Gạo khuya ai giã đêm sao thèm nghe tiếng
21
Cm/A♭
E♭
Fm
mẹ ho bào canh thâu Trăng khuya khóc đẩm lá
24
Cm
B♭
G(sus4)
trầu Kìa như tay mẹ chải đầu cho trăng. Kìa
27
Fm
Dm7(b5)
như mẹ vẫn ra vào nhìn con thơ
29
G7
1. Cm
2. Cm
dại đi vào giấc mơ. mơ mơ. Con
32
C
Em
F
về, con về ngõ nhỏ ngày xưa. Lối vào đã thẫm nắng mưa tháng
35
C
G7
Dm
ngày. Đâu rồi, đâu rồi bóng mẹ liêu xiêu đâu rồi giải
38
G6
C
yếm phiêu phiêu chốn nào.

Dáng Xưa Yêu Kiều

Nhạc: Phạm Tuân
Lời: Dương Đình Hưng

19 D7 G Cm/G G Cm
đớn một lần tang thương Khi trong lòng ta
23 Cm/Bb Eb D7 G7
thương Bao ngày mong chờ Bao lần ngóng tìm
26 Cm Cm/Bb
Thôi quay về đi em vui cùng xuân
28 Eb D7 D7(#5)
thì. Ngày xuân chóng qua đi
30 G G7
Yêu, biết bao năm đã đi tìm một ngày thắm
32 C Cm D7 E7 Am
tươi mơ lối duyên may. Tìm về nơi ấy trong
35 Bm D7 G
đời Tìm về người xưa, một lần thương nhau.

Dấu Chân Trên Cát

Thơ: Dương Đình Hưng
Nhạc: Phạm Tuân

13 Cmaj7 F
qua Khi buồn ước hẹn trăng
15 Bm7(b5) Dm E7
sao bước chân than thở đi vào hoàng
17 Am Am A7(b9)
hôn Tôi đi những bước chân
19 Dm F
êm dấu in trên cát như đời mình
21 Am Dm
qua nắng chiều chậm rãi theo
23 Am E7(sus4) Am
chân Một mình lẻ bóng nghĩ thân phận mình.

Đêm Về

Sáng tác: Dương Đình Hưng

36
Am
Em/G
A#o7
B
Em
3
3
3
người tôi đã yêu thương nửa đời đứt gánh một đời bơ vơ.

Đôi Mắt Em Buồn

Dương Đình Hưng

35
C9
A7
Dm
Tôi đã qua đây chờ hết một người. Tôi đã qua đây đợi mùa thu tới.
39
Em
Dm
C9
G7
C9
Trong trái tim này mùa thu sẽ đến. Đôi mắt em buồn thôi hết lệ rơi.

Dòng Sông Vĩnh Biệt

Sáng tác: Dương Đình Hưng

19
Ebm
Gb
Thôi em về qua bên kia sông có pháo
22
Bmaj7
Bb
Fm
đỏ có rượu nồng tân hôn, thôi em về chiều mưa ướt
25
Bb
C9
F
gió những ái ân xa vắng từ đây.
28
Bb
Eb
Gm/D
Dòng sông nào tiễn người đi, dòng sông
31
Fm/C
Eb7/Bb
Ab
Gm
nào đã xa nhau, tình đôi ta tình vời
34
Fm/Ab
Bb
Eb
vợi một thời khắng khít một thời si mê.

Dù Mai Đây...

Thơ: Dương Đình Hưng
Nhạc: Nguyễn Ánh 9

19
A7
D
Vì em ơi em đã buông rơi
21
G
G6
một trái tim nồng thắm hương đời
23
Gm6
D9
một trái tim chỉ biết em thôi
25
D7
G
Tiếng hát nào đây, tiếng hát
27
F#m
F#m
xưa văng vẳng trong ta những chiều
29
D
A7
mưa. Hồn ta lịm chết trong nhung
31
A7
A7
nhớ Một thuở yêu đàn một dáng
33
D
D
thơ Tìm đâu đây tiếng hát một
35
D
A7
thời Tìm đâu thấy ngày tháng đôi

37
D
D7
G
mươi
Người yêu ơi xin sống trọn
39
D
A7
đời
Người yêu ơi xin nhớ một
41
D
D7
G
người
người yêu ơi xin
43
G6
Gm6
nhớ một ngày,
một ngày nào mình
45
1.
D9
2.
D9
đã yêu nhau
đã yêu nhau
47
G
Như đôi chim hạc
49
Eb
bay cao vút
51
D
lơ lửng từng mây
53
Eb
D
đến bến mơ.

tranh Đinh Trường Chinh

Đường Chiều

TANGO

Sáng tác: Dương Đình Hưng

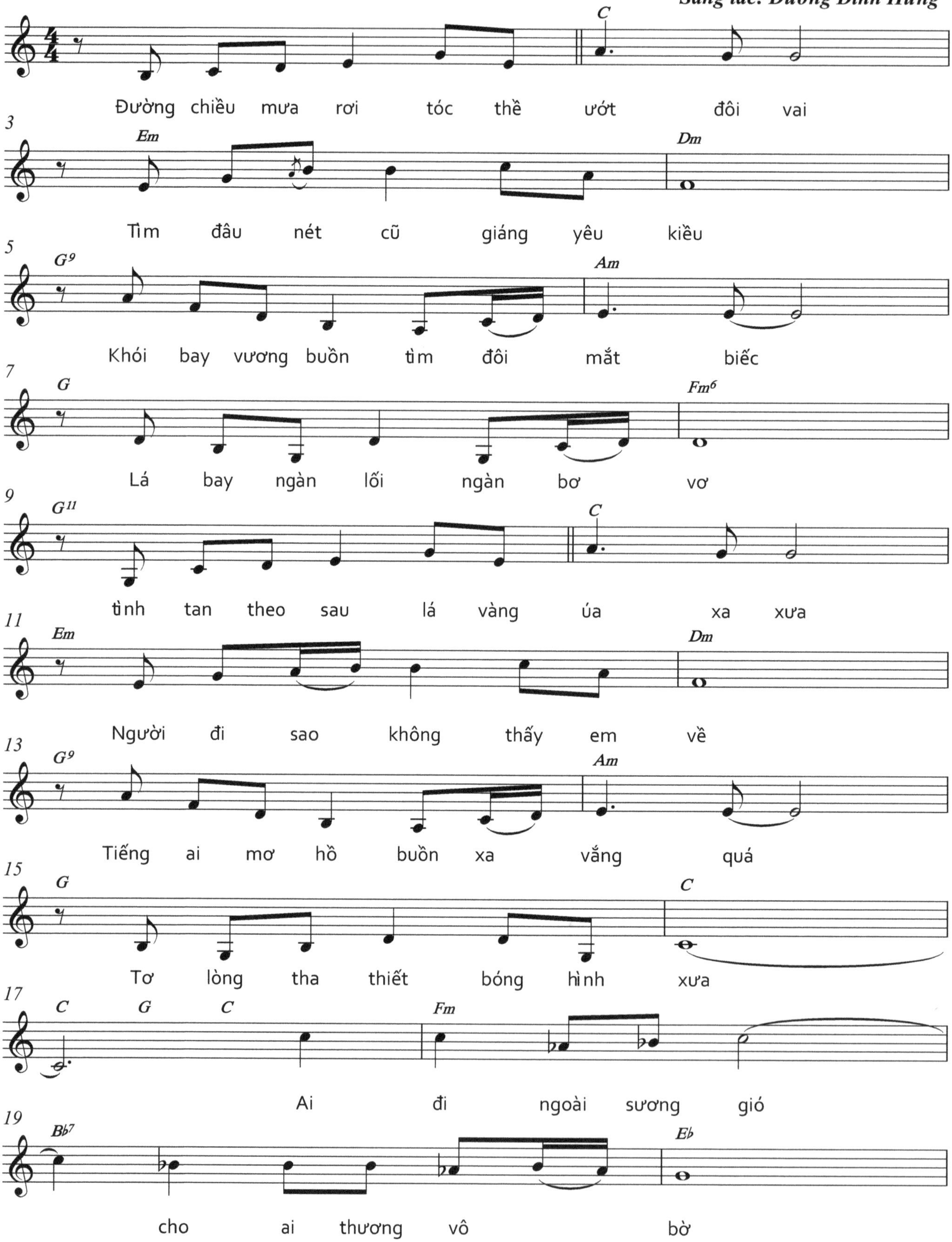

21 Ab Gm
Tình yêu trong sáng như vầng trăng
23 Bb Bb7
mà sao em buồn trong chiều rơi bên
25 Eb G11 C
hồ Đường chiều mưa rơi phai mầu má ngây thơ
28 Em Dm
Còn đâu tiếng hát tiếng mong chờ
30 G9 Am
Đã bao năm rồi tình lưu luyến cũ
32 Dm G
qua bao lần khóc chờ tin thư
34 G9 C
Ngày ngày mong em đến cùng tiếng hoan ca
36 Em Dm
Bờ môi thắm thiết nhớ muôn đời
38 G9 Am
Bóng em mơ hồ ngày sương thu ấy
40 G Fm6 C
thôi đành mất hết trong đường chiều.

Em Cứ Yêu Một Lần Đi

Thơ: Dương Đình Hưng
Nhạc: Nguyễn Tường Vân

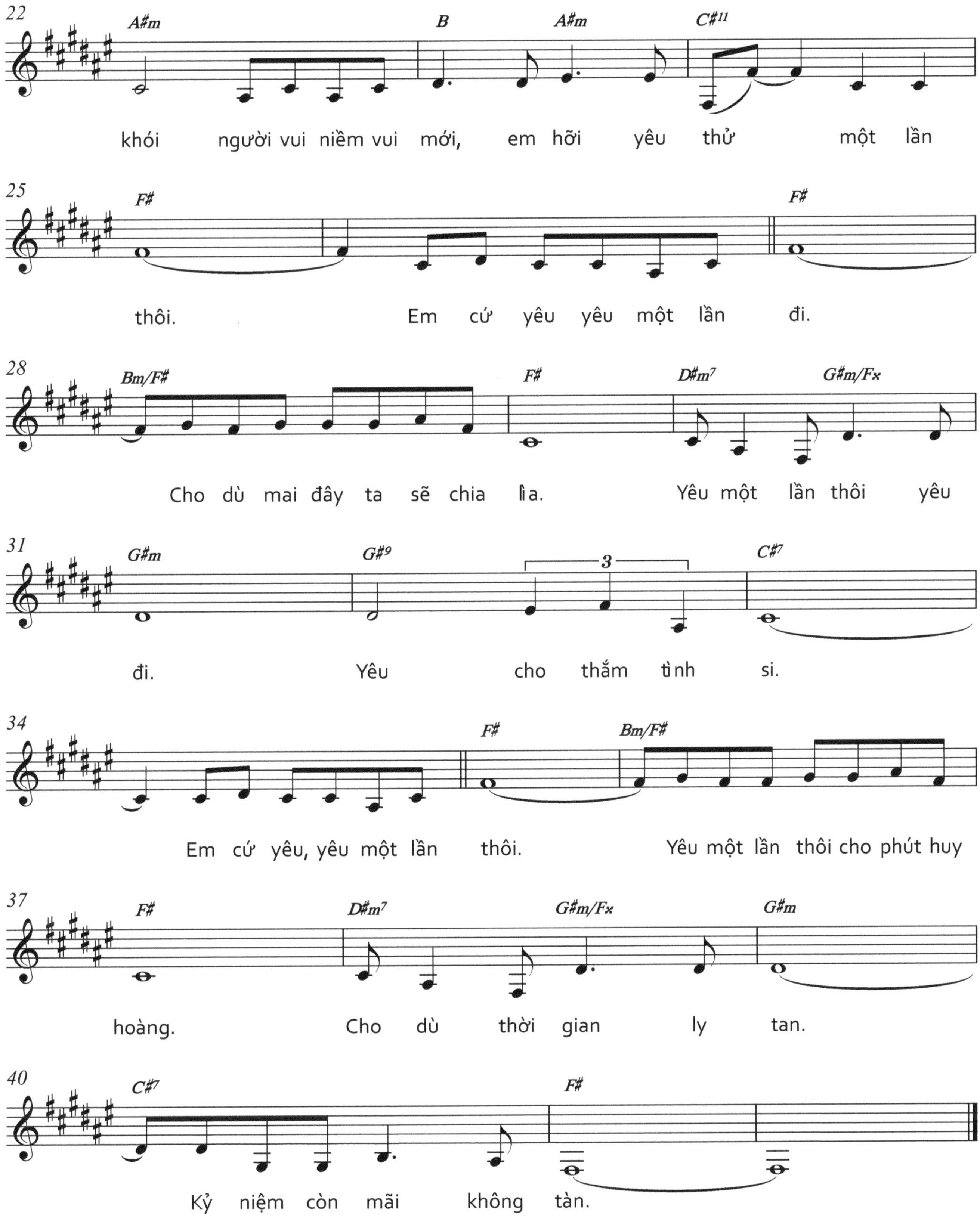
22
A#m B A#m C#11
khói người vui niềm vui mới, em hỡi yêu thử một lần
25
F# F#
thôi. Em cứ yêu yêu một lần đi.
28
Bm/F# F# D#m7 G#m/Fx
Cho dù mai đây ta sẽ chia lìa. Yêu một lần thôi yêu
31
G#m G#9 C#7
3
đi. Yêu cho thắm tình si.
34
F# Bm/F#
Em cứ yêu, yêu một lần thôi. Yêu một lần thôi cho phút huy
37
F# D#m7 G#m/Fx G#m
hoàng. Cho dù thời gian ly tan.
40
C#7 F#
Kỷ niệm còn mãi không tàn.

Em Giấu

Thơ: Nhược Thu
Phổ nhạc: Dương Đình Hưng

19
D7 Gm F
Có phải có phải em gom gom hết mây trời đan vào trong
22
D7 F Cm
tóc thả buông lơi Bỗng dưng anh ước là
25
Eb Dm Cm
mây đáp xuống vai gầy thương giáng mai. Có
28
F Ebm6 F
phải có phải em thu hết kim cương giấu
31
F Bb D7
vào đôi mắt sáng lung linh nhìn anh bối rối làm sao
34
Dbo Cm F Bb
ấy khiến nửa hồn anh lạc mất đường.

Em Là Mây Trắng

Sáng tác: Dương Đình Hưng

23 Bm C#7 E
trời. Tôi biết về đâu khi lòng ai thấu.
26 C#m7 F#m
Nhìn xa chân trời những đám mây bay.
29 C#m
Em là mây trắng trôi qua đời
31 D Em
tôi. Em đi lang thang cho người thương
33 Bm C#7
nhớ Em là mây trắng trong nắng trưa
35 C#7(SUS4) F#m
hè cho đời biết vui
37 A
cho đời biết vui. Em là mây
39 E Em
trắng cho tôi thương yêu như tà áo
41 Bm A
trắng thương nhớ một đời. Em ơi em
43 Bm Dm
ơi cho tôi theo với. Mây trắng ngang
45 Dm C#7 F#m
trời hãy đến cùng tôi.

Em Lắng Nghe Mùa Đông

"Song from a Secret Garden"

Nhạc: Rolf Lovland

Lời Việt: Dương Đình Hưng

đông Đời em tiếc nuối tiếc nuối Những tháng năm mùa xuân
Năm tháng xưa buồn vui mặn nồng Tình em say đắm say đắm
Như đoá hoa đầu xuân Như sóng tình mùa xuân mùa xuân Đời em lẻ
bóng Em lắng nghe mùa đông Tình em đơn chiếc Em sống trong mùa
đông Lòng em vương vấn Anh có nghe mùa đông Anh có nghe mùa
đông Anh có nghe mùa đông Tình em tha thiết tha thiết
Em lắng nghe mùa đông Em sống trong mùa đông u
buồn Lòng em thương nhớ thương nhớ Anh có nghe lời em
Anh có nghe đời em dở dang Em lắng nghe mùa đông mùa đông.

Em Mang Mùa Xuân

Sáng tác: Dương Đình Hưng

19
Am F C
la Mùa xuân ơi mùa xuân niềm vui
21
G Am F Em
ơi người ơi có ước mơ là có là có
23
Dm Em
cả niềm hạnh phúc đến từ đến từ
25
Dm F Am
người đến từ đời đến từ nhau.
27
Em
em mang mùa xuân mùa xuân về tất
29
Am F
cả em mang mật ngọt cho tiếng hát thiên
31
G Em
thần em mang cho đời cho loài người tình
33
G Em Am
thương cho loài người tình yêu.

Em Qua Chốn Này

Nhạc: Nguyễn Ánh 9
Thơ: Dương Đình Hưng

22
Fm
D♭
G(sus4)
Rồi tuổi xuân đã chín bước chân vào yêu
25
G(sus4)
C
F
Em qua chốn_ này nhớ hoài ngày nhỏ tình như trăng
28
Dm
D7
G7
sao dáng kiều lơi lả vạt áo bay cao đêm về rộn
31
C
D♭o7
B♭
G7
rã lòng thấy xôn xao Em qua chốn
34
C
F
Dm
này lá vàng nhuộm đỏ trời thu heo may ôi làn tóc
37
D7
G7
C
G7
xõa thuở đó tung bay tóc giờ sương khói với xa tầm
40
C
tay.

Em Qua Chốn Này

Thơ: Dương Đình Hưng
Nhạc: Nguyễn Tường Vân

42
nhỏ, Tình như trăng sao, dáng kiều lơi lả vạt áo bay cao đêm về rộn
46
rã, lòng thấy xôn xao! Em qua chốn này lá vàng nhuộm đỏ, Trời thu heo
51
may, Ôi làn tóc xoã thuở đó tung bay, Tóc giờ sương khói với xa tầm tay,
57
Rồi mùa thu qua sớm, Một sớm mùa thu.
65

Gần Bên Em

Thơ: Dương Đình Hưng
Lời Anh ngữ: Hà Lê
Nhạc: Phạm Tuân

23
Dm
G11
C
nhau, gần bên nhau xin đừng rời nhau... Gần bên
there You and me The love we share... Close to
26
C9
F/C
G7/C
em xin đừng xa em, gần bên anh xin đừng xa
you, just close to you Here and now, en chan ted
29
C9
Am
Dm
anh Gần bên nhau xin đừng xa nhau gần bên
spells So ma gi cal Time stands still When i'm
32
G11
C9
gần bên
Close to
nhau xin đừng rời nhau Gần bên
with you, my heart's warm... Close to
35
C9
F/C
G7/C
em xin đừng xa em, gần bên anh xin đừng xa
you, just close to you Here and now, en chan ted
38
C9
Am
Dm
anh Gần bên nhau xin đừng xa nhau gần bên
spells So ma gi cal Time stands still When i'm
41
G11
C9
G11
nhau xin đừng rời nhau Gần bên nhau
with you, my heart's warm... When i,am with
44
G11
C9
xin đừng hành nhau.
you, my hearts warm..

Giọt Nước Trôi Qua

Sáng Tác: Dương Đình Hưng

Ai nhớ những chiều vui sống bao ngày trong chốn tình yêu.
Thôi hết thôi rồi bao ngày thu rơi tan vỡ một chiều.
Giọt nước đôi qua đôi tay hững hờ nên tình tan vỡ.
Giọt nước đôi đàng lòng tôi nát tan khóc cho duyên mình.
Còn nhớ không em khi đôi chúng mình bao lần yêu mến. Giọt nước trôi
mau thương mối duyên đầu tình vẫn đớn đau.

Giọt Tình

Sáng tác : Dương Đình Hưng
Quang Phúc

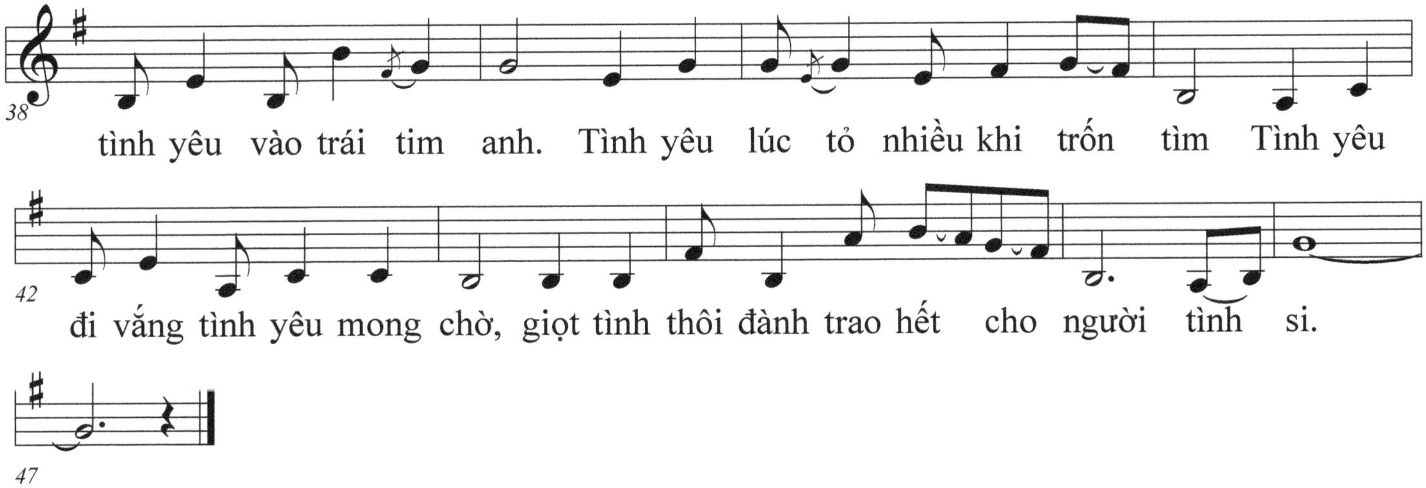
tình yêu vào trái tim anh. Tình yêu lúc tỏ nhiều khi trốn tìm Tình yêu
đi vắng tình yêu mong chờ, giọt tình thôi đành trao hết cho người tình si.

Hạt Cát Nhỏ Nhoi

Thơ: Dương Đình Hưng
Nhạc: Phạm Tuân

19
C G7 C
đời Về đi về đi, về với biển khơi. Có gì
22
C Em Dm G7
đâu mà có gì đâu. Biển vẫn thanh bình, đời hết trầm
25
C F Fm
luân. Có gì đâu, có gì đâu, chỉ như cơn
28
C G7 C F Fm
gió bay qua biển sầu. Có gì đâu, có gì
31
C E F C
đâu! Chỉ có nước mắt nhuộm mầu đau thương. Có gì
34
F Fm G7 C
đâu, chẳng có gì đâu! Chỉ vì mộng tưởng luân hồi khó ra!

Hoa Đã Nở Trong Vườn Nhà Tôi

Sáng tác: Dương Đình Hưng

28
diết tha thiết tìm người thương trong đời. Chờ đêm Xuân trong ngày tươi
32
vui. Hoa đã nở trong vườn nhà tôi. Giọt sương mai long lanh mái
36
tóc. Em đã về tìm tôi trong đời. Ngày hôm nay trong ngày xuân tươi.

Hoa Vông Vang

Sáng tác: Dương Đình Hưng

17
Dm Eb Bb
vang vông vang bông vàng như nghệ. Em
19
Cm Gm Cm
đi mất rồi tôi biết làm sao? Mây
21
Dm7 Gm Gm
trắng có bay cho tôi theo với Một
23
Eb Dm7 Gm
khối tình riêng mang xuống tuyền đài.
25
Dm Ebmaj7
Hoa vông vang bông vàng như nghệ
27
Dm Ebmaj7
Tình trao em như nắng ban mai.
29
Gm F
Hồn theo em qua đồi qua núi
31
Dm Gm
Tình thiên thu tình mãi thiên thu.

Hồng Nhan Tri Kỷ

Thơ: Dương Đình Hưng
Phổ nhạc: Phạm Tuân

15
D7 D7 G E♭
ai cho người vẽ mắt thêm hồng đôi môi. Hồng nhan ơi. Hồng nhan
19
D7 D7 G
ơi! tri kỷ khó thấy tìm ai đa tình Trăm
22
E♭ Gm E♭ D7
năm tìm mãi trăm năm hồng nhan ơi hỡi hồng nhan đa
25
G G D7 G
tình Biết tìm đâu trong cõi trần, tình trong giấc
28
G D7 D7
mộng tình ngoài chân mây. Biết tìm đâu mà biết tìm
31
D7 D7 G
đâu, tìm trong chén rượu một đời cô đơn.

Huế Đến Với Tôi

Sáng tác: Dương Đình Hưng

30
Ab Db Cm Cm
Huế Huế những cơn mưa trời mưa không dứt.
34
Eb Fm Cm
Là những ân tình cũ day dứt đêm thâu những lần gặp
37
Db Cm Eb
gỡ say đắm bên nhau. Con tim nồng cháy không biết mờ
40
Ab Ab Db
phai. Huế Huế bao giờ
43
Cm7 F#
quên một thời xa xưa.
46
Bbm7 Eb Ab
Huế huế trong thành nội Huế trong giấc mơ.
49
Eb7 Cm7 Db
Vì em nhỏ nhẹ vì em chi rứa.
52
Eb Eb Gb
Tôi quên quên hết quên
55
Gb Ab
hết đường về.

Khoảng Cách

Sáng tác: Dương Đình Hưng

29
F Am G7 F
trái tim xa dần trái tim xa dần
33
C C G7 C
Khi đã yêu nhau, bao ý trong đầu
37
C Am D(SUS4) G(SUS4)
nhìn nhau không nói như biết từ lâu.
41
G7 C Em Em/D#
Khi đã yêu nhau tâm hồn ngây ngất
45
Dm G G Am
Chỉ biết bên nhau trái tim thật gần
49
Dm Bb G7 C C
trái tim thật gần trái tim thật gần.

Khung Trường Tỉnh Giốc

Sáng tác: Dương Đình Hưng

(2)

20 D#m B C# D° 3 3 3
sông một dòng đời trôi đi trôi mãi mãi phương trời
23 D#m G#m A#7 D#m 3 3 3
nào con đường tỉnh Giốc vẫn là niềm đau vẫn là kỷ
26 A# B7 3
niệm một thời yêu em. những chuyến Mê
29 G#m7 C#m F#7
Trô đi về xóm trọ con đường tỉnh Giốc in bóng người
32 B A# A#/D D#m F#/C#
xưa bàn tay ấm áp buốt giá mùa đông. Đã mấy xuân
35 B B/A G#m C#7
qua em còn có lai khung trời tỉnh Giốc con tim ào
38 F#
xạc chiếc lá thu xưa.

Mặt Trời, Em Và Tôi

Sáng tác: Dương Đình Hưng

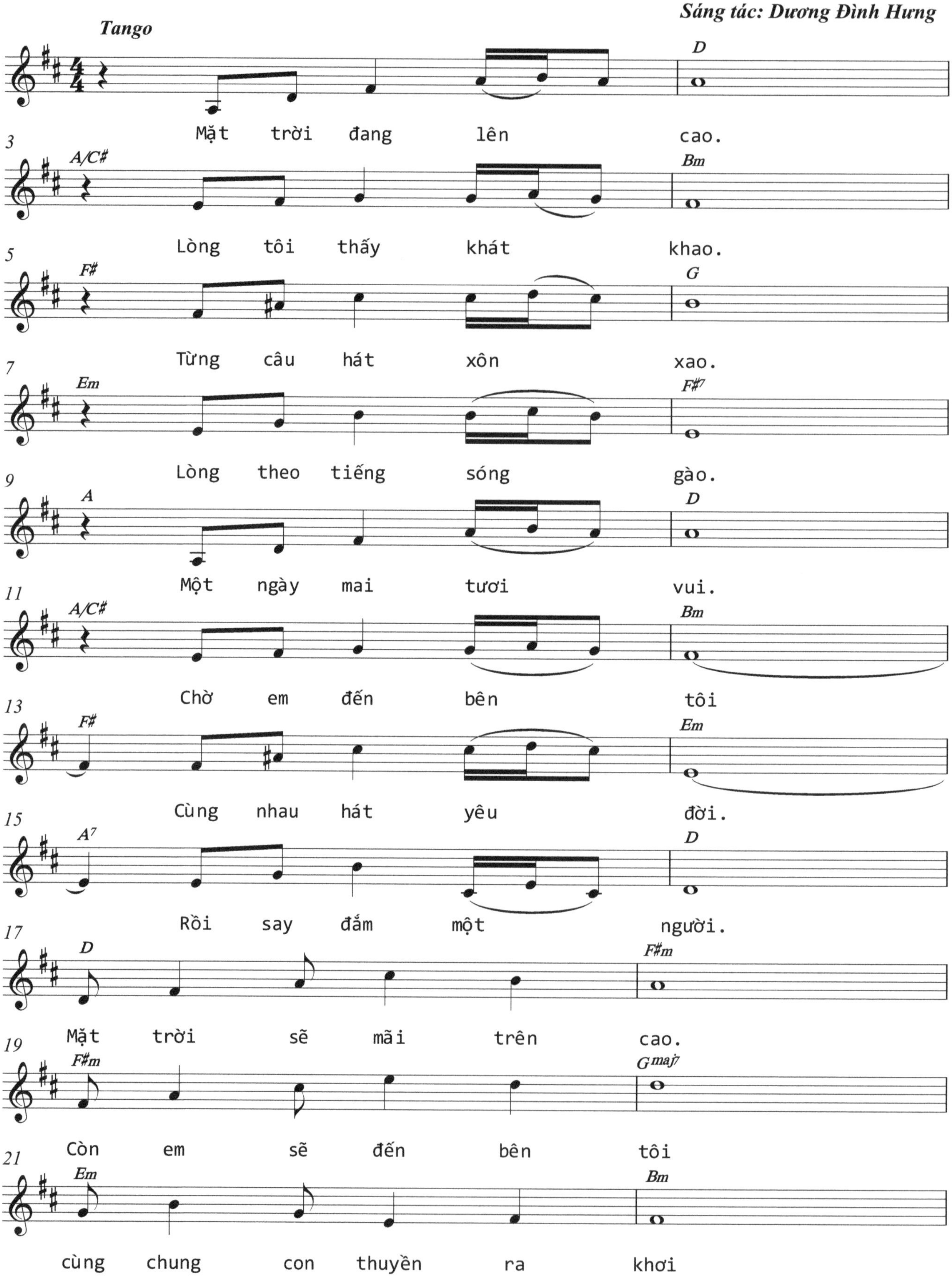

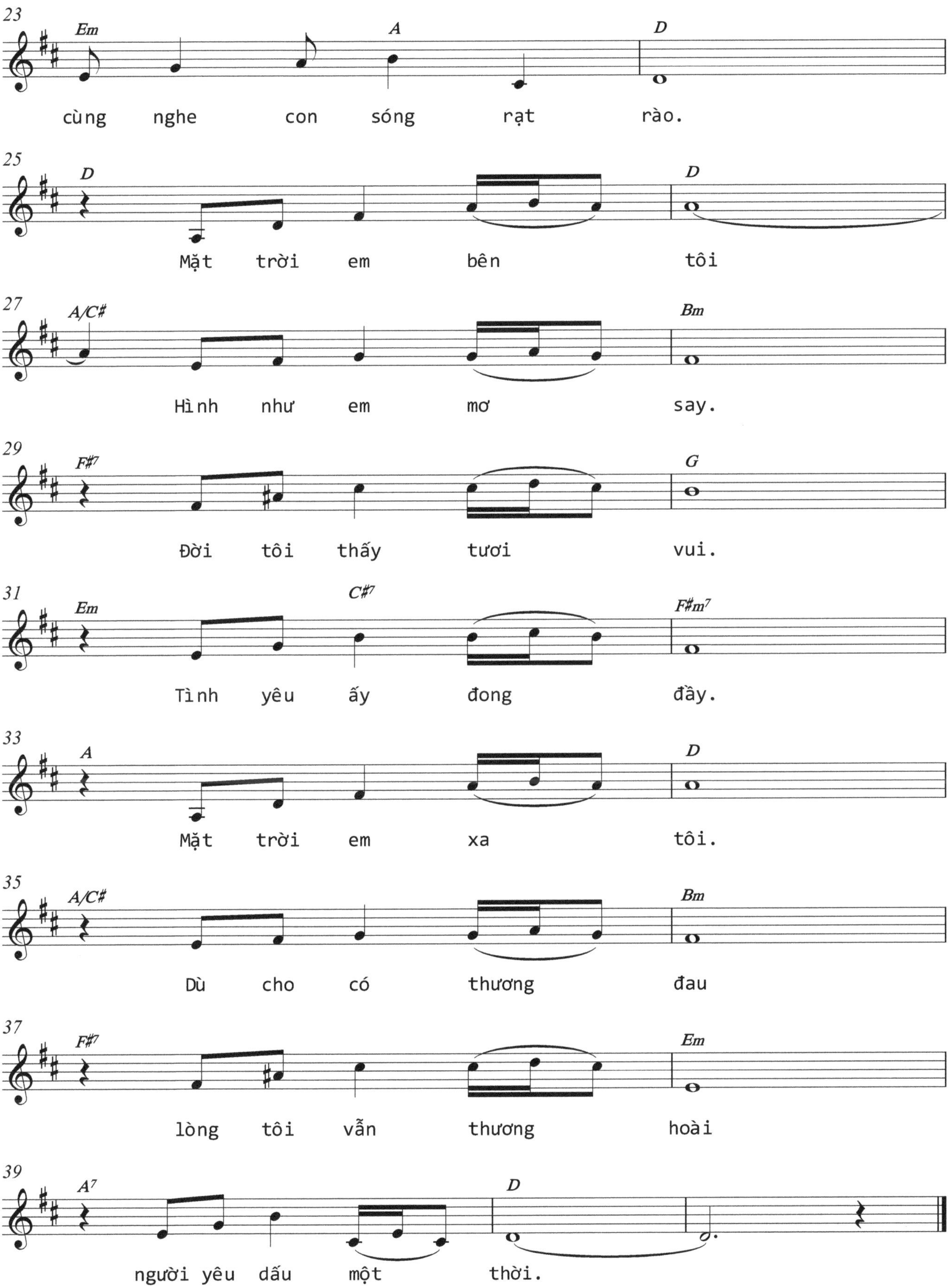
23 Em A D
cùng nghe con sóng rạt rào.
25 D D
Mặt trời em bên tôi
27 A/C# Bm
Hình như em mơ say.
29 F#7 G
Đời tôi thấy tươi vui.
31 Em C#7 F#m7
Tình yêu ấy đong đầy.
33 A D
Mặt trời em xa tôi.
35 A/C# Bm
Dù cho có thương đau
37 F#7 Em
lòng tôi vẫn thương hoài
39 A7 D
người yêu dấu một thời.

Một Góc Trời

Sáng tác: Dương Đình Hưng

Tha thiết_Truyền Cảm ♩=65

16 Dm6 E7 Am A D/A
đâu thuở đó tiếng ai cười... Có một thời chợ trời rau
19 A Bm E11 A
cháo. Có một thời dãi nắng dầm mưa. Có một
22 Bm E7 Bm E7
thời lên đèo xuống núi Có một thời lặn lội ngược
25 Am Am Dm Am
xuôi... Anh đi từ biệt mùa thu ấy là
28 F#o7 E7 Am Dm Dm/C
đã chia ly suốt cuộc đời. Em về đâu biết khăn tang
31 Bm7(b5) Dm E7 Am
đợi... Một sớm thu sang một góc trời.

Một Thoáng Mùa Xuân

Sáng tác: Dương Đình Hưng

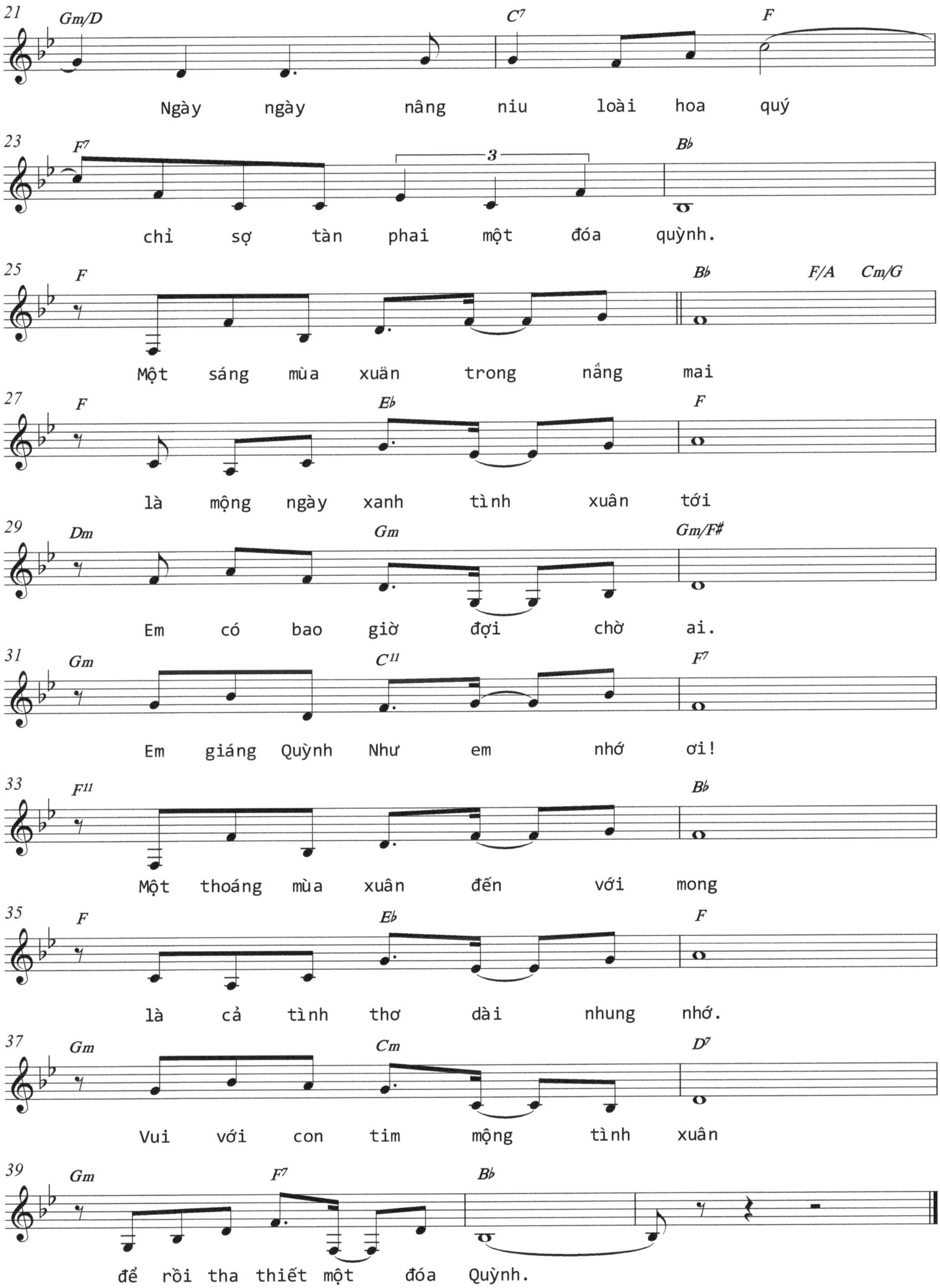
21 Gm/D C7 F
Ngày ngày nâng niu loài hoa quý
23 F7 3 Bb
chỉ sợ tàn phai một đóa quỳnh.
25 F Bb F/A Cm/G
Một sáng mùa xuân trong nắng mai
27 F Eb F
là mộng ngày xanh tình xuân tới
29 Dm Gm Gm/F#
Em có bao giờ đợi chờ ai.
31 Gm C11 F7
Em giáng Quỳnh Như em nhớ ơi!
33 F11 Bb
Một thoáng mùa xuân đến với mong
35 F Eb F
là cả tình thơ dài nhung nhớ.
37 Gm Cm D7
Vui với con tim mộng tình xuân
39 Gm F7 Bb
để rồi tha thiết một đóa Quỳnh.

Mùa Đông Xa Quê

Sáng tác: Dương Đình Hưng

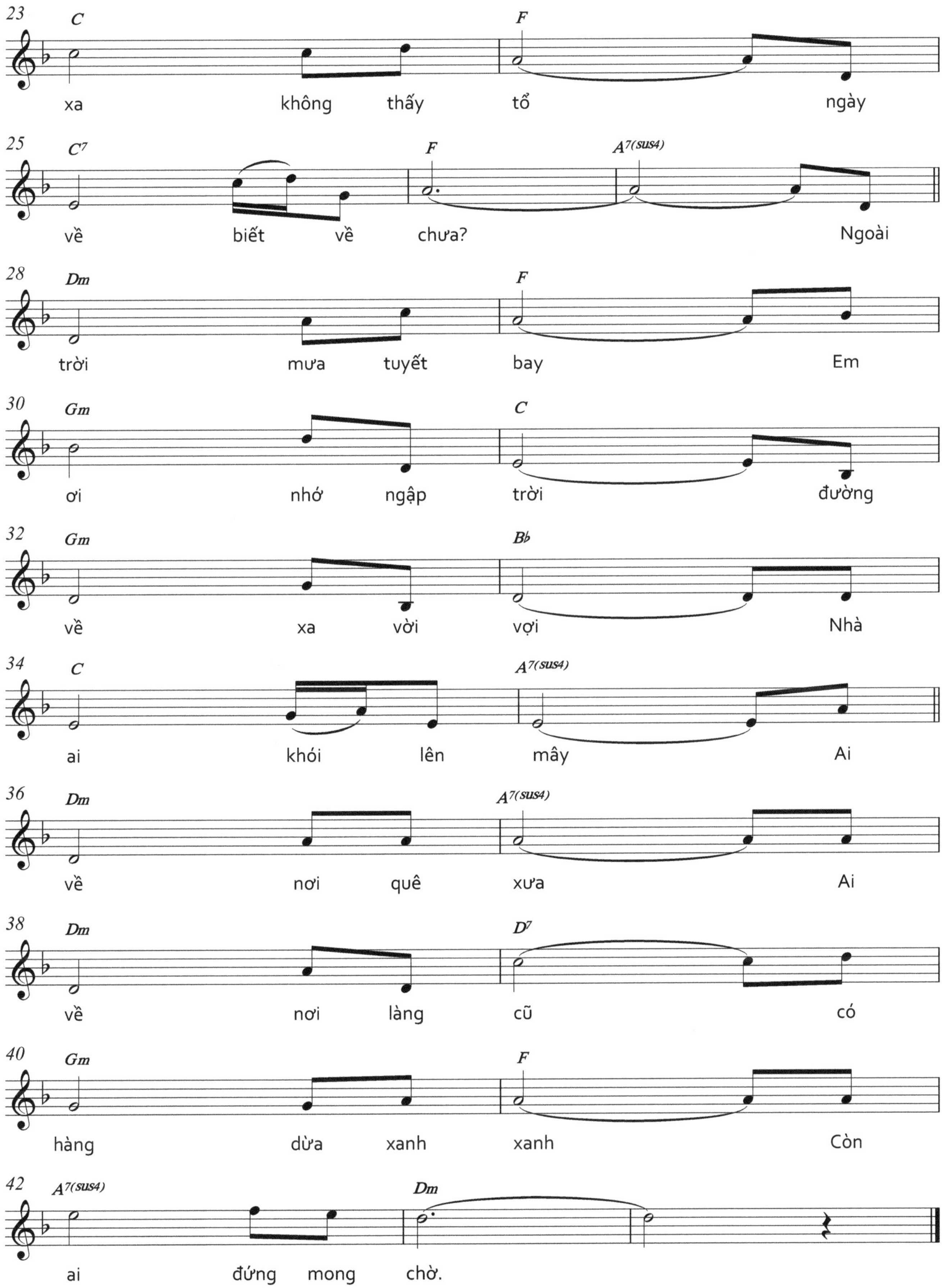
23 C F
xa không thấy tổ ngày
25 C7 F A7(sus4)
về biết về chưa? Ngoài
28 Dm F
trời mưa tuyết bay Em
30 Gm C
ơi nhớ ngập trời đường
32 Gm B♭
về xa vời vợi Nhà
34 C A7(sus4)
ai khói lên mây Ai
36 Dm A7(sus4)
về nơi quê xưa Ai
38 Dm D7
về nơi làng cũ có
40 Gm F
hàng dừa xanh xanh Còn
42 A7(sus4) Dm
ai đứng mong chờ.

Mưa Phùn

Thơ: Lê Hân
Phổ Nhạc: Dương Đình Hưng

34
bay từng sợi ngắn dài buộc thương với nhớ bờ vai dịu dàng Tôi
38
từng đứng núp hành lang đâu hay hồn đã hai bàn chân theo.

Mùa Thu Đã Tới

Sáng tác: Dương Đình Hưng

34
Dm
G7
C
Dm
E7
ấy lưu luyến đến muôn đời Vàng bay trong gió gió cuốn cuốn đời
37
B7
E7
Dm6
E7
Am
nhau. Rồi đây em sẽ nhớ về về bên tôi.

Mùa Thu Tóc Mây

Thơ và nhạc: Dương Đình Hưng

23
Bb7 Eb Eb
vang tiếng vui cười. Tưởng mình lạc lối
25
Dm7(b5) G7 Ab
vào chốn Thiên Thai. Gió thu vờn mái
27
Dm7(b5) Dm7(b5)
tóc mây đắm say. Nắng thu vàng mái
29
Dm7(b5) Cm Ab
tóc mây tóc mây. Em trong vòng quay
31
Bb7 Eb Eb G7
vang tiếng vui cười. Tưởng mình lạc bước
33
G7 C
vào chốn Thiên Thai. Ta mất
35
C Dm C
Em khi chiếc lá vàng rơi. Tình yêu đã
37
G7 G7
chết biết mấy thu phai. Trong giấc
39
C Dm7 G7
mơ Ta chỉ nhớ một người, ngàn thu lộng
41
G7 C
gió tóc mây tóc mây.

Mùa Xuân Vừa Tới!

Sáng tác: Dương Đình Hưng

13
Em
D7
mầu. Mùa xuân theo em hái nụ tầm
15
D7
Bm
D7
xuân. Mùa xuân tươi mát vườn xuân thiên
17
G
G
C
đàng. Khi lòng xuân tới lời hát tươi vui say đắm muôn
19
Bm
E7
A6
D7
người. Muôn ngàn hoa thắm bừng sáng trong sương bầy én tung
21
G
C
C#o
trời. Em về trong sớm có gió hây hây tình em vương
23
D7
Bm
C
D7
vấn. Tiếng ai vang lừng từng khúc ca xuân tình yêu chứa
25
G
chan.

tranh Đinh Trường Chinh

Nắng Vừa Lên

Sáng tác: Dương Đình Hưng

Nếu Ngày Mai...

Thơ: Dương Đình Hưng
Nhạc: Nguyễn Ánh 9

28
D7 G C
nghe chim hót trên cây Lời nhắn nhủ yêu nhau trọn
31
G D7 G
đời Lời nhắn nhủ yêu nhau trọn đời. Nếu hôm
34
C C C
nay là một ngày cuối Anh sẽ nhắc lại lời em
37
G D7 D7
yêu mang nụ cười cho người cho đời cho mọi
40
D7 G G
người cho người cho đời. Nếu ngày mai không bao giờ
43
D7 D7 G
đến Nếu hôm nay là một ngày cuối Anh sẽ ôm
46
Am D7 D7 D7
em siết chặt vòng tay sẽ cho em biết tình yêu này. Em là tất
50
Am Bm C G
cả cuộc Đời anh đó là niềm hạnh phúc bao la hôm nay.

Ngàn Lau

Thơ: Dương Đình Hưng
Phổ nhạc: Phạm Tuân

Slow rock

16 A7 D
nào đôi mắt huyền mơ lạc giữa ngàn lau... Nắng có
18 D B7 Em
còn vương trong mắt nâu xin cho
20 A7 D
anh bên người yêu dấu Nước ngừng
22 G Gm
trôi mây ngừng bay, gió đừng
24 E7 A7 D
lay riêng một mối sầu. Tìm
26 D D B7
em, tìm em ở đâu? Tìm em trong
28 B7 Em
gió, tìm em trong gió hay giữa ngàn lau? Người
30 A7 A7
đâu, người đâu, về đâu? Thương em ngày
32 A7 D
nào đôi mắt huyền mơ lạc giữa ngàn lau...

Ngày Ấy

Nhạc: Phạm Tuân và Dương Đình Hưng
Lời: Dương Đình Hưng

25
F#7
B7
Em
đau Đời rồi đời mãi mãi thương đau
28
A
Dmaj7
G
Tình rồi mình mãi không còn nhau Ngày qua ngày vắng bóng không tình
31
C#m7(b5)
F#7
Bm
F#11
yêu Ngày ngày ngóng trông em một đời Lệ
34
B
B6
B7
ướt lòng còn luyến tiếc Tình yêu thắm thiết nhớ ai tìm ai
37
E
Em6
F#7
giờ Ngày đó một đời cho nhau Một đêm mãi
40
C#7
F#7
B
F#11
B
mãi có ai mong ai chờ Lệ đắng nào ai có
43
D#m/A#
B7/A
B7/F#
E
biết nào ai có thấy Số kiếp thôi đành đắng cay Nhớ ai
46
Em
B
C#m7
F#9
B
buồn vẫn mong chờ vẫn u sầu Kiếp nào có gặp nhau?

Ngày Vu Quy

Thơ: Dương Đình Hưng
Nhạc: Nguyễn Ánh 9

Chậm, Thiết tha

25
B7 G G
Ngày xưa ấy em có chàng đợi chờ
28
Am Em C
nhau trong nắng vườn xuân đàn chim sẻ vui đùa trên
31
F#m7(b5) B7 Em
sân Hàng dâm bụt nhuộm đỏ bên tường Ngày vu
34
Em Em C
quy sao ngỡ ngàng giờ phút cuối mắt lệ
37
Em C B7
tràn nào ai biết lòng em nát tan Trời thu
40
B7 Em B7
sang em nhớ chàng Trời thu sang, Trời thu
43
Em Em B7 Em
sang Em nhớ chàng, Em thương nhớ chàng

tranh Đinh Trường Chinh

Người Về Tình Như Xưa

Dương Đình Hưng
Quang Phúc

Người Xưa Ấy

Chậm và buồn

Sáng tác: Dương Đình Hưng

29 Cm Fm G7(#5)
Bước chân anh, bước chân em rộn
32 Cm Cm Bb Bb/Ab
ràng. Anh sẽ chờ em dù biết bao
35 Eb/G Gbo7 Fm6
năm. Em sẽ nhìn anh đôi mắt long lanh, đôi má ửng
38 Cm Cm Bb Bb/Ab
hồng. Thương quá là thương thương quá là
41 Eb/G Gbo7 G7
thương, thương quá là thương. Thương quá là
44 Cm Cm Cm
thương! Người xưa ấy đi lấy
47 Cm Cm G7
chồng Dòng sông cũ buồn mênh mông, buồn mênh
50 Cm Cm Fm
mông! Anh sẽ về dòng sông
53 Cm Gbo7 G7
cũ một mùa đông. Buồn mênh
56 Cm
mông.

Nhạc Buồn Đêm Mưa

Sáng tác: Dương Đình Hưng

19
Em A7/C# Dm G7 C
rơi, giọt buồn theo tiếng mưa rơi. Tiếng mưa
22
F B°7 Em A7 Dm G7
rơi, tiếng mưa rơi, khóc tình cay đắng, khóc duyên lỡ
25
C C Em
làng. Điệu buồn ai oán đêm mưa, anh
28
G7 C F A7/C#
ơi, anh ơi sầu nhớ. Tình ta một giấc mơ
31
Dm Fm G7 C
hoa, vì đâu anh hỡi? Tình xưa nhạt nhòa.

Nhạc Sầu Tương Tư

Sáng tác : Dương Đình Hưng

bấy lâu. Một tình yêu dấu dấu yêu ngàn đời.
Nhạc tình em hát mang những u hoài. Tình trong giấc mộng tình ngoài chân
mây. Tình em cay đắng cay đắng trong lòng. Mà đời mang hận mang nỗi đớn
đau.

Nhỏ Văn Khoa

Thơ: Dương Đình Hưng
Nhạc: Nguyễn Tường Vân

22
Ebm
Ab7
Tân! Nhớ ai đứng đợi ngoài
25
Ab7
Ab7
Ab7
sân, Dù không học Luật âm thầm nghe
28
Db
Db
cua! Bây giờ Nhỏ bỏ Văn
31
Db
Ab
Ab7
Khoa còn ai đâu nữa để ta sang
34
Db
Db
Db7
tìm! Những lời lục bát trữ
37
Gb
Ab7
Ab7
tình. Nhỏ đâu còn thuộc để mình nhớ
40
Db
Db
ta! Đổi trường theo nhỏ Văn
43
Db
Ebm
Ab7
khoa, mưa không nhẹ hạt, đường xa còn
46
Db
dài...

Nụ Hôn Sim Tím

Sáng tác: Dương Đình Hưng

25
E7
A
D
nở trên đồi hoa sim Môi em là những ngỡ
28
C#m
E
A
ngàng mùa xuân chợt đến bên hàng tường vi. Môi
31
Bm
C#m
E7
em anh trót si mê si cho đến hết đường đi lối
34
A
4
4
về. Nụ hôn ban
37
B
3
D#m/A#
F#7
3
đầu em trao cho tôi nụ hôn sim tím ngất ngây một
40
F#7
C#m7
3
F#7
đời. Trăm năm đã chờ nghìn năm vẫn nhớ một dáng ngây
43
B7
E
C#m
F#7
thơ một đóa hoa cười yêu em anh đã yêu em mất
46
B
E
rồi yêu hoa sim tím yêu người thơ
48
D#m
F#7
B
B
Fade out...
ngây yêu thương thơm ngát sim tím trên đồi. yêu hoa sim

Ở Một Nơi Ấy

Sáng tác: Dương Đình Hưng

25
Dm
A
khơi. Ở một nơi
28
Dm
G/B♭
C9
ấy không còn tình thương đâu đây tiếng khóc như xé tim
31
F
Dm
Gm/B♭
gan. Ở một nơi ấy trẻ thơ lầm than. Nụ cười đi
34
C7
Fmaj7
A(sus4)
vắng buồn vương trên môi. Ở một nơi ấy tâm hồn u
37
A
B♭
D
Gm
ám hoa không còn vương tình yêu nở muộn. Ở một nơi
40
A(sus4)
C
D
Gm
ấy nỗi chết bên tôi nỗi chết trong hồn nỗi chết ngày
43
A
A7
Dm
mai. trả hết quê tôi.

Phố Lạ

Sáng tác: Dương Đình Hưng

17
A
Am
G/B
Am/C
thương. Mười năm hồn tôi khép
19
A7/C#
Dm
G7
lại, nghĩa phu thê. Mười năm xa cách ngóng
21
Cmaj7
E
B7/D#
chờ. Mười năm chờ bóng em
23
E7
B
E7
Dm
E7
yêu. Chiều nay qua đây phố lạ. Biết lòng thèm những cơn
25
A
A
mưa. Ngày xưa theo từng bước
27
F#m/A
E7/A
nhỏ là` biết bao giờ mình có giấc
29
A
E7
mơ. Chiều nay quay về phố
31
D
E7
A
lạ biết lòng mình còn những đam mê.

Phố Xưa

Thơ: Dương Đình Hưng
Nhạc: Nguyễn Tường Vân

Tango

25
G7 C Dm
vĩ đỏ sân trường. Tình yêu nghe__ rộn
28
Fm G7 C
rã, như sóng gọi trùng dương. Em
31
C Cmaj7 F
có nghe căm căm, cơn gió lạnh mùa
34
Cmaj7 D9 G7
đông. Anh có nghe thì thầm, tình
37
1. 2.
G7 C C G7
3
theo gió lông bông. bông... Chiếc lá thu vàng đã
41
C G7 C
3
rơi. Ta nhìn ta thấy đời trôi.
44
C C G7
3
Chiếc lá thu vàng đã rơi. Ta nhìn ta thấy
47
G7 G7 C
đời nhau.

Quà Tặng Trong Chiến Tranh

Thơ: Trần Mộng Tú
Phổ nhạc: Dương Đình Hưng

31
Bb Bb Am A/C# Dm Bbm
nắm. Anh tặng em anh tặng em mắt không nhìn, một hình hài bất động anh muôn vàn tạ
35
Bbm C Gm
lỗi xin cho anh kiếp sau, mảnh đạn này em giữ làm di vật tìm
38
A Gm C Dm
nhau, mảnh đạn này em giữ làm kỷ vật một đời.

Sầu Lên

Sáng tác: Dương Đình Hưng

19 D E7 A
đênh. Thuyền trôi một chiếc, mong manh đất trời. Biết về
22 C#m E7 E7
đâu lúc chiều rơi giữa đời cô quạnh giữa trời bao
25 A A D
la Nắng chiều gợi nhớ bến xưa người muôn năm
28 E7 A D
cũ bây giờ ở đâu. Sầu lên chót vót tinh
31 C#m E7 A
cầu xa quê xa mãi có đâu ngày về xa quê xa
34 D E7 A
mãi ngày về tìm đâu.

Thà Như Không Có Mưa!

Sáng tác: Dương Đình Hưng

29
Bbm
Bbm6
Eb7
Ab
Anh tình cờ một lần, được làm người tình si.
33
Ab
Ab
Db/Ab
Ab
Em cho anh một lần, mà vẫn mãi thờ ơ.
37
Bbm
Bbm6
Eb7
Ab
Anh cho Em ngàn lần, sao vẫn mãi chờ mong?
41
Db
Db
G7
Cm
Thà như không có Em, Anh không đến tình cờ,
45
Fm
Eb7
Eb7
Ab
Thà như không có mưa... Duyên kiếp không hững hờ.
49
Db
Db
E
Dbm
Anh yêu Em ngày xưa, Anh yêu Em ngày xưa,
53
Ab
Eb11
Ab
Anh yêu Em bây giờ!....

Thế À ! Thế À !

Thơ: Dương Đình Hưng
Nhạc: Phạm Tuân

24
Em A7 D G Gm
sau ai biết về đâu đến đâu! Thế sao! Thế rồi! Thế
27
F#m B7 E7(sus4)
nào!? Dòng đời vẫn thế người vẫn say mê tình vẫn u
29
A11 A7 G Gm F#m
mê Thế sao! Thế nào! Thế rồi Một buổi sớm
32
E7(sus4) A7 D D7
mai, tình yêu vút bay khổ đau tràn đầy! Cầu xin ai
34
G Gm D
đây! Cầu xin ai đây! Người đã tỉnh
36
Gm C7 D
ngay, hay còn mê đắm thế gian chốn này! Cầu xin ai
38
A7 D
đây! Cầu xin ai đây! Lòng nghe xa
40
Em Bb D G Gm
vắng Kinh Thiền trầm lắng hư không! Đời cứ thế trôi Tình cũng thế
43
D Bm Em7 A7 D
thôi! Vui buồn theo nước, nước cuốn qua cầu!

Thiên Đường Vẫn Ở Đây !

Sáng tác: Dương Đình Hưng

21
F#°7 B7 Em Em/D
ngày. Khi hạnh phúc không do những gì đã có. Nhưng những
24
A/C# A7 D G
3
gì nho nhỏ trao tay. Thiên đường vẫn ở nơi
27
Gm A A7/G F#°7 B7
3
đây. Khi tình yêu dâng hiến đời ta. Khi hạnh
30
Em Em/D A/C# A7
3
phúc đến từ nước mắt. Như ngàn đóa hoa nở giữa mùa
33
D D
3
xuân. xuân. Vui cứ đến. Ngày vui sẽ
36
G A7 A7 D
Fine
đến khi hạnh phúc đến từ yêu thương.

Thời Gian

Bossa Nova

Thơ: Dương Đình Hưng
Nhạc: Nguyễn Ánh 9

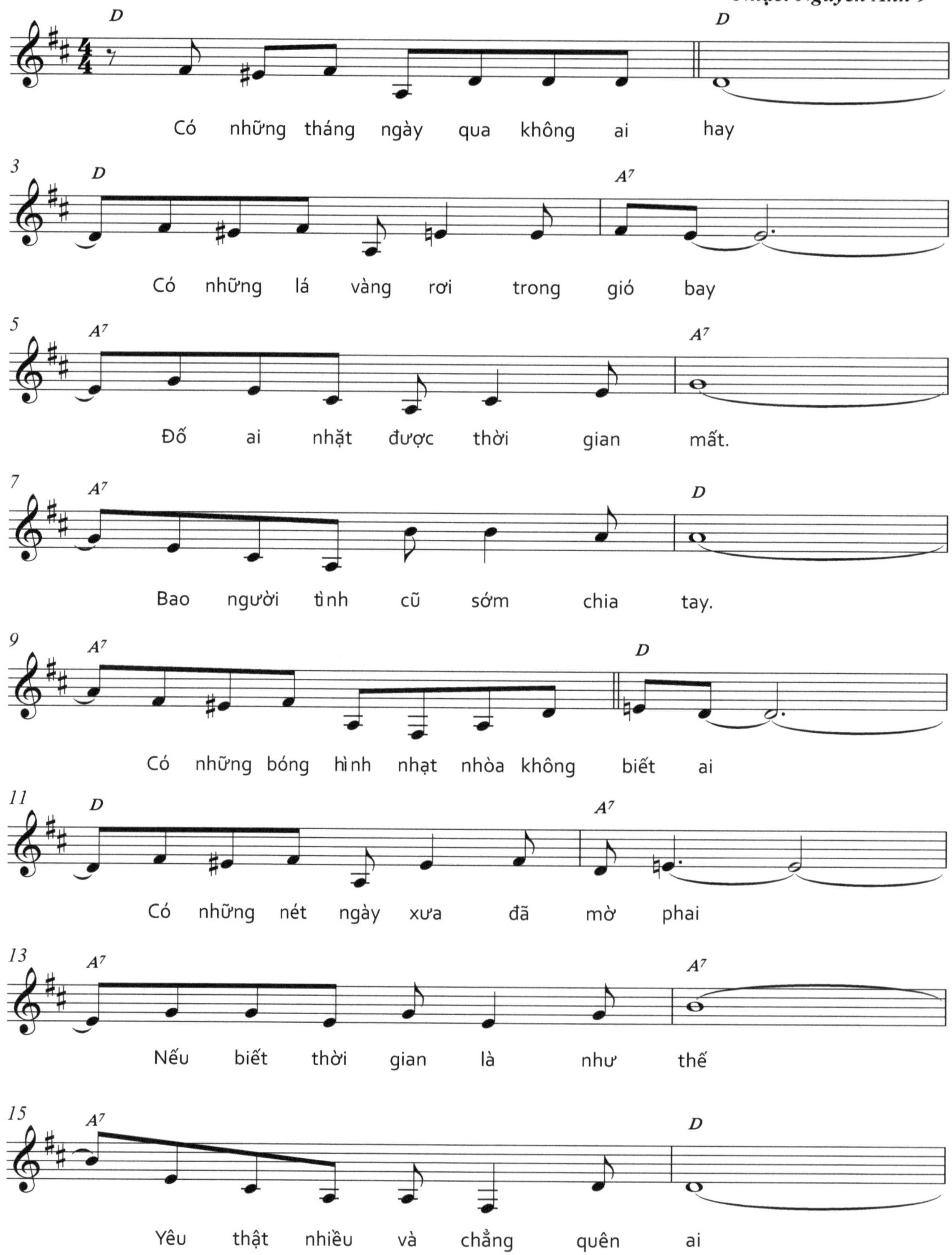

17
G
Sẽ nhặt từng chiếc từng chiếc
19
G
G
lá Sẽ ép trong tim hình bóng
21
D
A7
ai Sẽ tô vào đầy muôn vẻ
23
A7
A7
đẹp Chẳng sợ thời gian chóng nhạt
25
D
D
phai Có những tháng ngày qua không ai hay
27
D
A7
Có những tâm tình vào tuổi hai mươi
29
A7
A7
Muốn thương muốn nhớ như ngày đó
31
A7
D
Bao người tình cũ chẳng quên ai.

Thôi Ta Về

Sáng tác: Dương Đình Hưng

25
F7 Dm Cm7 F7
ơi người yêu tôi người xa tôi.
28
F7 Gm Gm/F Gm/E♭
Thôi ta về nhìn lại ta thôi người yêu yêu
31
Dm Gm B♭
dấu cũng rồi oan gia. Thôi ta về tìm lại tim
34
F F7 B♭
ta nhiều khi đau đớn vẫn là tin yêu.
37
B♭ Cm
Thôi ta về nhìn lại nhà xưa dù trăm con
40
F7 B♭ Cm
nhện giăng tơ trưa hè mái nhà tranh mưa nắng ra
43
F7 E♭m6 F7 B♭
3
vào vẫn là nơi cũ chốn cũ ta vào.

Thôi Thì

Sáng tác: Dương Đình Hưng

43
Em A7 Dm G7 C
nhận bẻ bàng. Kiếp sau sau nữa muộn màng đâu em.
49
C F Em Dm Fm/A♭
Tình vui mới chết đêm qua. Có người dẫm nát nụ
55
G6 C C Dm Em
hoa chân tình. Em đi bỏ lại một mình
61
A7 Dm7 G7 C Cm
Cánh hoa tan tác bóng hình khai tâm. Tình thu tình
67
Fm Cm Cm A♭ G7
muộn tình buồn Tình dâng dâng hiến trọn lòng với
72
Cm Fm Fm Cm
ai. Một mai nếu phải xa đời
77
G7 Cm G7 Cm
có còn nhớ đến một người thương em.

Thuở Ban Đầu

Thơ: Dương Đình Hưng
Nhạc: Nguyễn Tường Vân

33
A A B7
Nắng vờn mây cũng vờn theo
37
B7 G#m F#m C#m
Thênh thang Vĩ Dạ những chiều nên thơ!
41
C#m E B7 B7
Trên đồi Vọng cảnh ngồi chờ,
45
E F#m F#m E
Cổng trường Đồng khánh hàng giờ ngóng ai!
49
E B11 E
Biết Nàng từ thuở mười hai.
53
A B7 G#m C#m
Nàng như công chúa đền đài ngày xưa
57
C#m E E G#m
Tôi đi quên cả nắng mưa
61
F#m C#m B7 E
Mơ làm phò mã để đưa nàng về.

Tiếng Ai Khóc Mùa Thu

Thơ: Dương Đình Hưng
Nhạc: Nguyễn Ánh 9

26
2.
Eb
Bb7
Eb
3
Tiếng ai hát mùa mai
Tình xa tình phôi pha,
chỉ còn ta với ta.

Tiếng Hát Ru Con

Sáng tác: Dương Đình Hưng

22 A E/G# E7 Bm
đi tiếng hát cho con luôn luôn bên mình khi con cô
25 E7 D C#m
quạnh như ngàn sao sáng trong đêm tối đen.
28 E7 F#m F#m/E
Tiếng hát cho con vang lời âu yếm ru con vào
31 B/D C#m/E E11 A A#o7
mộng của những vuông tròn. Tiếng hát cho con là nguồn suối
34 Bm Bm7/A E7
ngọt tuôn vào trong tim ngày mai khôn lớn con sẽ là
37 E7 D C#m E7 A
người yêu thương đời sống yêu thương lứa đôi
40 E7 A
chan hòa yêu thương.

Tình Em Như Tấm Lụa Đào

Sáng tác: Dương Đình Hưng

25 G A♭° Am Am
mưa ngày nắng theo gót chân son bỏ
29 D7 D11 D7 G G
bê học hành bỏ bê học hành Tình
33 G D6 G G
em tình em như tấm lụa đào. lụa
37 C Em Am Am
đào trong trắng đi vào giấc mơ. giấc
41 D D G G
mơ thương nhớ giấc mơ đợi chờ Lời

45
D Am Bm7 Em Em
thơ đã viết trên tấm lụa đào gửi
49
Em Am Bm7 C C
em gửi em tấm tình lai láng những
53
Em Am D Em D
phút thần tiên bên em mơ màng Tình
57
G D6 G G
em tình em như tấm lụa đào phất
61
Am C D9 G G
phơ trước gió vướng vào tim tôi. Ngày

65 D7 Am/C Em E7
xưa ngày xưa là giấc mơ hoa tóc
69 Am D G G
em thơm ngát hương hoa trước hè Tôi
73 B7 E Am Em Em D
về mê mẩn tôi về mê mẩn cô em hàng
77 Bm7 Em7 Em G
xóm xinh thật là xinh Ngày mưa ngày
81 Ab° Am Am D
nắng theo gót chân son bỏ bê học
85 D11 D7 G
hành để yêu mình nàng

Tình Là Giấc Mơ

Thơ: Dương Đình Hưng
Nhạc: Phạm Tuân

55
F Cm Cm Gm Gm Am7(b5)
đâu còn gió mát trong hương môi Đành rời xa em,
61
D7 Gm Gm D11 D11 G
Từ biệt em thôi. Còn đâu giấc mơ
67
C G Am Bm Bm Em
đời vui thiết tha nắng ấm chan hòa...
73
Em C C C#o C#o Bm
Yêu giấc mơ hoa hương thơm bờ môi xôn xao tiếng cười...
79
Bm D11 D11 G C G
Tình là giấc mơ, Tình là ước mơ
85
Am Bm Bm Em Em Eb
tha thiết yêu đời, Em bỏ ta đi
91
Eb Cm D7 G G C
Em rời xa ta, ta tiếc khôn nguôi. nguôi.
97
G G Eb Eb Cm
Em bỏ ta đi Em rời xa ta, ta
103
D11 D11 G
tiếc khôn nguôi.

Tình Man Dại

Thơ: Dương Đình Hưng
Nhạc: Phạm Tuân

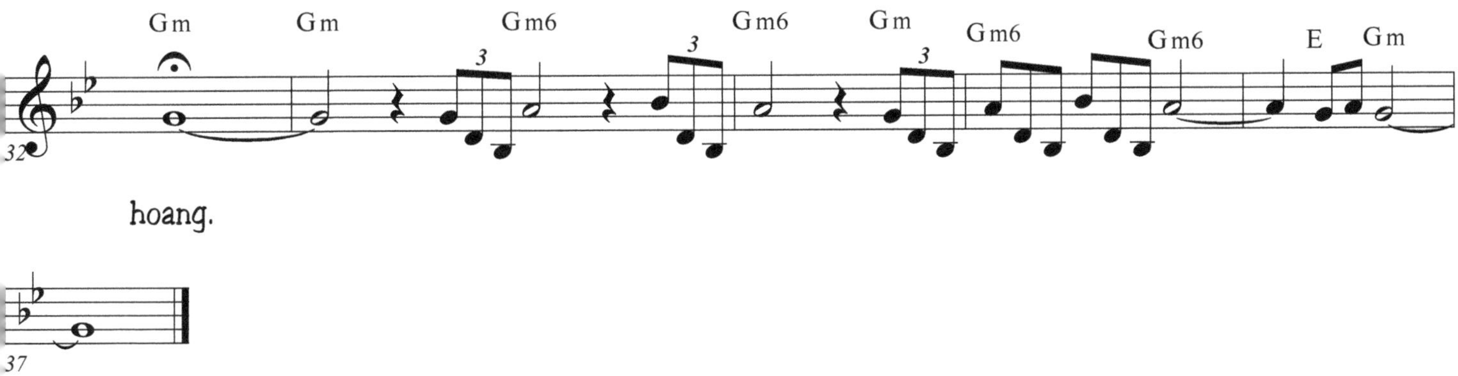
Gm Gm Gm6 Gm6 Gm Gm6 Gm6 E Gm
3 3 3
32
hoang.
37

Tình Mất

Thơ: Dương Đình Hưng
Nhạc: Phạm Tuân

15
G G#o Dm E7
chim chim bay hướng núi đi tìm hướng
17
A A7 D D#o
sông Trông mây tưởng thấy bóng
19
C#m D Bm7 G#/B#
nàng nghĩ mình là gió lang thang đi
21
C#m F#7 Bm Bm/A
tìm Tìm em như thể tìm
23
G G#o Dm E7
chim chim bay hướng núi đi tìm hướng
25
A A11 D D#o
sông Trông mây tưởng thấy bóng
27
C#m Dm Bm7(b5) E7 A
nàng nghĩ mình là gió lang thang đi tìm.

Tình Tôi

Thơ và nhạc: Dương Đình Hưng

20
B7 B7
cánh Ngàn cánh chim
22
Em Em
bay Về trong giấc
24
A9 A9 G
mơ giữa chốn trần
26
F D7
gian Có những phút giây mình không thiếu
28
G C/G
được, là mình ao ước trong suốt cuộc
30
G Bm7(b5)/F E7
đời Mình còn yêu em
32
Am Bm C Am
mình vẫn thương em. Dù em có muốn dù em có
34
D7 3 1. G 2. G
muốn trốn chạy tình tôi tôi Tình
38
C Cm G C Cm G
tôi TÌnh tôi TÌnh tôi TÌnh tôi

Tình Vui

Sáng tác: Dương Đình Hưng

29 Bb Am G7
tay Nhớ em da diết suốt cả
32 C A7 Dm
ngày. Gần anh trong đêm
35 Dm C C
nay yêu anh tới ngày mai, thương
38 Dm G7 C
nhau từng phút đến từng giây. Quấn
42 Bb C Bb
quýt đôi bàn tay bên nhau ta vui
45 C Dm Am
say. Yêu nhau yêu cả đôi vai
48 C A7 Dm
gầy. Tình vui dù qua
51 Dm C Dm
mau Hôm nay mình có nhau, dù
54 Fm6 G7 C
xa ta vẫn hoài nhớ nhau.

Trả Lại Em

Thơ: Dương Đình Hưng
Nhạc: Phạm Tuân

19
G#m
B/A
Emaj7
E7
ngày hình bóng em yêu trên sân trường cũ Em ơi! Em
22
A
G#m
Am6
B7
ơi! Nụ hôn cuối cùng cho em mật ngọt mà lòng đớn
25
E
E
Am/E
đau! Trả lại em nụ hôn cuối
27
E
A
G#m
C#7
cùng con tim gian dối xin đừng dối gian Trả lại
30
F#m
C#7/E#
F#m
B7
em mối tình thơ ngây Ngày mai xe hoa đón chờ em
33
E
A
E
đi! Ngày mai lấy chồng em nhớ không em? Ngày mai lấy
36
Am6
E
chồng Em tiếc không em?

Tri Âm: Một Tiếng Dương Cầm

Thơ: Nguyễn Ánh 9, Dương Đình Hưng
Nhạc: Nguyễn Ánh 9

16
C7 F C7(SUS4)
cổ tình xưa đã về. Tiếng đàn tôi vẫn u
19
C7 C7 F
hoài ru em tiếng hát lạc loài cô đơn. Dù ai
22
B♭ F C
dỗi Dù ai hờn ai mong ai nhớ ai buồn hơn
25
Fm D♭ B♭m
ai. Hỡi người còn nhớ hay quên riêng tôi vẫn
28
C7 Fm C7
mãi gọi tên người tình Phương trời xa chốn yên
31
Fm C7 Fm
bình xin em quên hết chuyện tình ngày xưa.

TRƯỜNG SƠN 1:
Ta Thấy Trường Sơn Trong Mắt Em

Thơ: Văn Nguyên Dưỡng Phổ
Nhạc: Dương Đình Hưng

Ta thấy Trường Sơn Trường Sơn trong mắt em
Bao nhiêu lá rụng Trường Sơn hận Bấy nhiêu tội lỗi Trời không dung
Trường Sơn đã chết theo núi sông Trường Sơn ơi hỡi! Còn hay mất?
Mắt em khép kín ta đau lòng Lòng ta đau đớn Trường Sơn ơi!
Lòng ta tan nát Việt Nam ơi!

TRƯỜNG SƠN 2:

Con Đường Ma Quỷ

Thơ: Văn Nguyên Dưỡng Phố
Nhạc: Dương Đình Hưng

trần Xương trắng vôi nung Từ những chiều Khe Sanh biển khói Huế đồ oán
hận Đại lộ kinh hoàng Siết cổ người già Phụ nữ không tha Máu lê thành
nội Tội ác tầy trời Oan khiên nhụa đất Biết bao ngày những loài quỷ
đỏ Những loài quỷ dữ Trường Sơn bao la Tội ác bầy
ra Trời sẽ không tha Biển không tẩy hết Mưa không làm
sạch Tội lỗi giặc thù.

TRƯỜNG SƠN 3:

Dựng Nước, Giữ Nước

Thơ: Văn Nguyên Dưỡng
Phổ Nhạc: Dương Đình Hưng

29
danh lừng lẫy trấn bắc bình nam đất nước Nam một dải thênh thang
33
bờ đại dương nối dài vạn dặm Trường Sơn tựa lưng hướng về nam
37
xưa Hồng Lĩnh nay là Trường Sơn Ngó ra bắc sông Hồng cuồn cuộn
41
nhìn miền trung yểu điệu sông Hương vọng về nam Cửu long hùng vỹ
45
Ôi nước non cẩm tú Trường Sơn mang một gánh giang san ba cửa
49
dân một lòng giữ nước trời yên.

Tuổi Teen

Sáng tác: Dương Đình Hưng

17
B
B
E
lăm. Qua bao năm rồi ta
19
F°
D#m
F#7
B
vẫn mơ tuổi teen ước gì dáng xinh xinh bên
21
C#m
F#7
E
F°
cội hoa hồng xinh bên em bên nguồn sông tuổi
23
D#m
C#m
F#6
teen tang tình cho em xinh tang tình tang tơ
25
B
B
tình Cười vẩn vơ như lúc vừa tuổi
27
D#m
G#m
teen. Tình trong trắng e ấp nụ cười
29
C#m
E
F°
xinh. Tuổi vừa lên sao xuyến mơ Đào
31
D#m
C#7
F#7
B
nguyên trong ước trong mơ màng vẫn mơ dáng tuổi teen.

Tuổi Thơ Tôi Hà Nội*

Sáng tác: Dương Đình Hưng

(*): Cảm hứng từ câu thơ của Thi sĩ Trần Mộng Tú: "*Xin gởi cho em tuổi thơ tôi mùa Thu Hà Nội*".

tranh Đinh Trường Chinh

Vàng Rơi Từng Cánh

Sáng tác: Dương Đình Hưng

Vạt Nắng Chiều Thu

Sáng tác: Dương Đình Hưng

31 C/G Fm Bb7
vì em anh lỡ một giấc mơ
34 Eb Dm7 G
hoa vì em dang dở cả
37 D7 G7 C
cõi đi về
41 C
về Chiều thu chiều thu
45 Fm Fm/Eb Db
vạt nắng chiều thu mang nhiều mong nhớ
49 Bb7 Eb Dm7
con đường cũ xưa thiếu bóng em qua
53 Am Em Am F6 Fm
con đường xưa cũ nỗi lòng lê thê chẳng
57 G6 G7(b9) C
thấy em về.

Về Huế

Thơ: Dương Đình Hưng
Nhạc: Phạm Tuân

tranh Đinh Trường Chinh

Về Với Không

Thơ: Dương Đình Hưng
Nhạc: Nguyễn Ánh 9

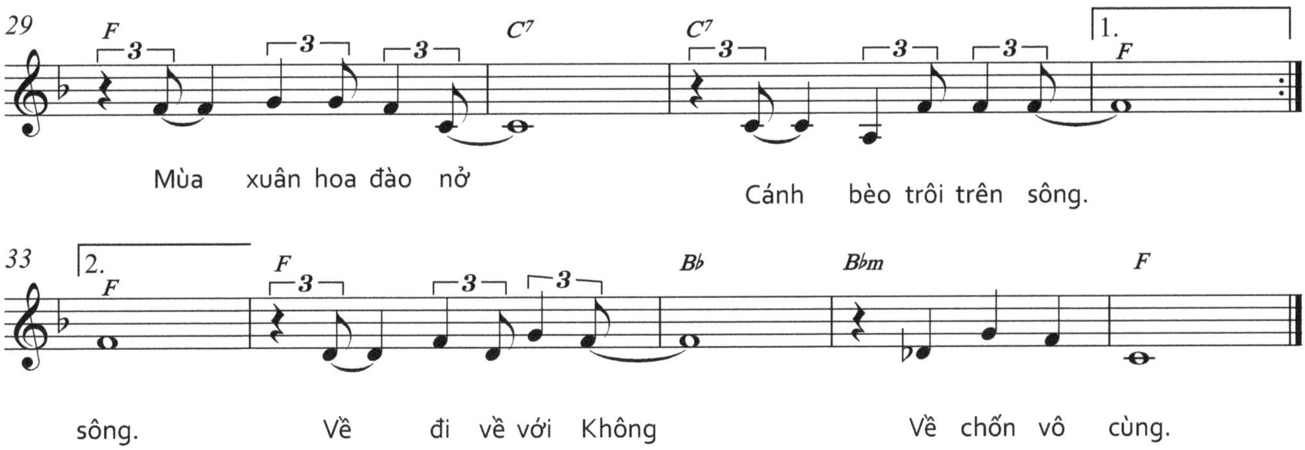
29
F C7 C7 1. F
Mùa xuân hoa đào nở
Cánh bèo trôi trên sông.
33
2. F F Bb Bbm F
sông. Về đi về với Không
Về chốn vô cùng.

Vết Chân Của Chúa

Sáng tác: Dương Đình Hưng

34
A7/C#
Dm
G7
C
Am
chừng những khi không thấy đi cùng dấu chân Chính là những lúc ta
38
Dm
Fm
G7
C
nâng đời con khốn khổ khỏi cùng đau thương.

tranh Đinh Trường Chinh

Vọng Ngày Xanh
(Elégie)

Nhạc: Jules Massenet
Lời Việt: Dương Đình Hưng

Xuân Về

Sáng tác: Dương Đình Hưng

mơ. Hôm nay chủ nhật tương tư nằm lười cho thoả những giờ lênh
đênh Lá non đã nhuốm mầu xanh mùa xuân chợt đến thôi đành dậy thôi.
Bao chiều chủ nhật nằm lười bao mùa xuân đến nhưng rồi xuân đi Xuân
đi xuân lại trở về riêng tôi ôm mối tình si nào ngờ.

Cánh Hoa Dù

Sáng tác: Dương Đình Hưng

3
Dm
B♭
Violin
Cello
Roll Cymbal
Steel Gtr.
C Am Dm
A
Dm
Xin hãy cho tôi trở lại ngọn
Wind Chimes
Steel Gtr.
B♭
C
F A7
đồi bung cánh dù ngạo nghễ trên cao.

Dm
Bb
C
Am7
Xin hãy cho tôi trở lại bìa rừng như những ngày ta chiến đấu bên
Flute
Cello
Dm
B
Bb
nhau. Bờ Thạch Hãn những đêm không trăng
Strings
Wind Chimes
Cellos
Only Per.
Steel Gtr.đệm rãi
Gm
C
F
sao mình ngồi bên nhau chia nhau điếu thuốc cuối cùng, rồi kể nhau

Em7
A4
B♭
Am7
nghe câu chuyện quê nhà nơi có mẹ già mòn mõi tin
Dm
♩= 82
Dm
C
Dm
con.
Và nhớ bao ánh hỏa
Trumpet
Trumpet
Low Brass + Timpani
Low Brass + Timpani
Drum
Drum
Am
Gm
C
F
châu thắp sáng giữa rừng sâu núi non thăm thẳm. Và

B♭ Am B♭ Am
nhớ trên cổ thành giữa lớp lớp sóng gào cánh hoa dù vẫn ngạo ngễ
Drum
Dm
♩ = 64
16 beats
A'
Dm
trên cao.
Xin hãy cho tôi một lần đứng
Full Band play in
Choir
Drum Fill
Steel Gtr.
B♭ C F A7
chào những người bạn đã nằm xuống nơi xưa.
Trumpet

Dm
3
B♭
C
Am7
3
xin hãy cho tôi một lần trở lại
bung cánh dù
ngạo ngễ năm
Dm
xưa.
Gian Tấu
Dm
Choirs
Wind Chimes
Low Brass, Low Strings &Timpani
Band play Riff
Roll Cymbal
Drum
Am
Gm
C
F

Gm
Am
B♭
C
F
Dm
Choirs
Am
Trumpet
Low Brass, Low Strings &Timpani
Band play Riff
3
3
Fill Snare March
Gm
C
F
Gm
3
3
3

Am
B♭
C
Dm
3
Roll Cymbal
Dm
B
B♭
Gm
Bờ Thạch Hãn những đêm không trăng sao mình ngồi bên
Strings
Wind Chimes
Cellos
Roll Cymbal
Only Per.
Steel Gtr.đệm rãi
C
F
Em7
nhau chia nhau điếu thuốc cuối cùng, rồi kể nhau nghe câu chuyện quê
8
Flute

A4 B♭ Am7 Dm Dm
nhà nơi có mẹ già mòn mõi tin con.
Trumpet
Low Brass + Timpani
Drum
♩ = 82
C
Dm Am Gm C
Và nhớ bao ánh hỏa châu thấp sáng giữa rừng sâu núi non thăm
Trumpet
Low Brass + Timpani
Drum
F B♭ Am
thẳm. Và nhớ trên cổ thành giữa lớp lớp sóng
Drum

B♭ Am Dm
gào cánh hoa dù vẫn ngạo ngễ trên cao.
Drum Fill
♩ = 64
A'
Dm B♭ C
Xin hãy cho tôi một lần đứng chào những người bạn đã nằm xuống nơi
16 beats
Trumpet
Full Band play in
Choir
Steel Gtr.
F A7 Dm B♭ C Am7
xưa. xin hãy cho tôi một lần trở lại bung cánh dù ngạo ngễ năm

Dm
*
Dm
Bb
xưa.
xin hãy cho tôi một lần trở lại bung cánh
Low Brass, Low Strings &Timpani
Band play Riff
Fill Snare March
C
Am7
Dm
dù ngạo ngễ năm xưa.
Fine
Roll Timpani
Roll Cymbal

*
Violins play for 4Ms *

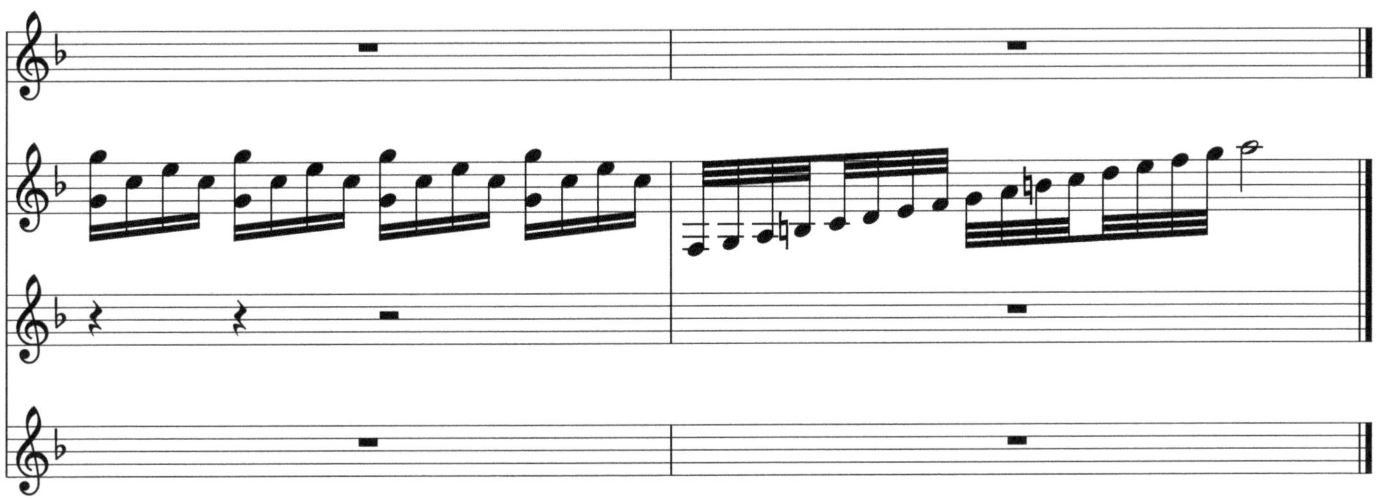

www.ingramcontent.com/pod-product-compliance
Lightning Source LLC
LaVergne TN
LVHW070906051026
849558LV00012B/343